# பிரேமகலகம்

# பிரேமகலகம்

சப்னாஸ் ஹாசிம்

தமிழ்வெளி

பிரேமகலகம்
| சிறுகதைகள் |
சப்னாஸ் ஹாசிம் ©

முதற் பதிப்பு: டிசம்பர் - 2022
பக்கங்கள்: 120

பதிப்பு: வசந்தி கலா
தமிழ்வெளி # 43

வெளியீடு
தமிழ்வெளி
# 1 - பாரதிதாசன் தெரு, சீனிவாசா நகர்
மலையம்பாக்கம், சென்னை - 600122
தமிழ் நாடு

•

## PREMAKALAGAM
| Short Stories |
Safnas Hasim ©

First Edition: December - 2022
Pages: 120

Wrapper: Rashmi
InDesign: S. Kathiravan

Making & Printing
Production House: PY - 01 Literature

Publishing
**TAMIZHVELI**
# 1 - Bharathidasan Street, Srinivasa Nagar
Malayambakkam, Chennai - 600122
Tamil Nadu

+91 90 9400 5600
tamizhveli.com@gmail.com
www.Tamizhveli.Com
F - Tamizhveli   T - Tamizhveli

ISBN: 978-93-92543-09-8

₹ 150/-

## சப்னாஸ் ஹாசிம்

இவர் கிழக்கிலங்கையின் அக்கரைப்பற்று எனும் ஊரைச் சேர்ந்தவர். தொழில்முறையில் ஒரு பொறியியலாளர். தொழில் நிமித்தம் தற்பொழுது துபாயில் வசித்து வருகிறார். வனம் இணைய இதழில் பிரதம ஆசிரியர்களுள் ஒருவர். இது அவரது முதல் சிறுகதைத்தொகுப்பாகும். இதில் அடங்கிய பல கதைகள் பல்வேறு காலகட்டங்களில் இணைய இதழ்களில் வெளிவந்து கவனக்குவிப்பைப் பெற்றவை. சிறுகதைகளில் அவர் மண்ணுக்கேயுரிய பல பண்பாட்டு குணாம்சம்சங்களையும் மானிட வாழ்வின் அவலங்களையும் நுணுக்கமாகப் பேச முனைந்திருக்கிறார். இவரது கதைகளுக்குள் புகுத்தப்பட்டிருக்கும் கருக்களும், அதன் நடைமுறையியல் சார் ஓட்டங்களும் வாசகர்களை எளிதில் ஈர்க்கக்கூடியவை.

சப்னாஸ் ஹாசிம் - இதற்கு முன் இரண்டு கவிதைத் தொகுதிகள் வெளியிட்டிருக்கிறார்.

*நிணக்கவிதைகளில் அப்பிய சொற்கள் - 2020*

*குடிசைச்சாம்பல் - 2021*

**நன்றி**

தமிழினி
சொல்வனம்
வல்லினம்
வனம்
அகழ்
நடு
மின்னிதழ்களுக்கு

எஸ்.எல்.எம். ஹனீபாவுக்கு...

## உள்ளே

| | |
|---|---|
| எருக்கிலம்பற்றைக்கு சில எட்டுகள் தள்ளி மடுவத்தில் தலைப்பூடம் | 11 |
| ஆர்கலி | 21 |
| பந்தல் | 28 |
| ஊர்வனவரசனின் காலன் | 37 |
| சிருஷ்டியுலகம் | 46 |
| உதறல் | 55 |
| பாரம் | 63 |
| காவல்காரன் | 71 |
| பிரேமகலகம் | 80 |
| சென்ட்ரல் யூனியன் கோப்ரட்டி | 89 |
| புலிக்குட்டி கிழங்குக் கடை | 97 |
| சது என்கிற சங்க இலக்கியம் | 104 |
| முந்நூறுவா | 114 |

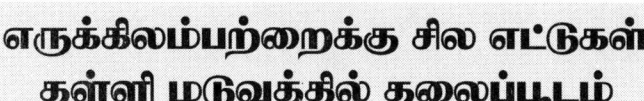

# எருக்கிலம்பற்றைக்கு சில எட்டுகள் தள்ளி மடுவத்தில் தலைப்பூடம்

காால்களைப் பவ்வியமாகத் தண்ணீருக்குள் கரையிலிருந்து நீட்டி வைத்துக்கொண்டான். புற்தரைக்களியிலிருந்து களப்புப்படுக்கை மணல் பிரியும் கோட்டில் குதிகாலை களியிலும் புல் வேரிலும் தண்ணீருக்குள் உராய்ந்து கொடுப்பது புதிதாய்த் தோன்றிய பித்த வெடிப்பு அரிப்புக்கு மிதமாக இருந்தது. கெண்டைச்சதையில் மோதும் களப்பின் குற்றலைச்சூடு மெதுமெதுவாயிறங்கி விரல்களைத் தின்னும் குஞ்சு மீன் வழுவழுப்பில் சடுதியாக ஏறியது. ஐந்தாறு பனை மரங்களோடு சேர்த்தியாகக் களப்போரம் வாகாயிருந்த ஒற்றையடிப்பாதையில் அதை இழுத்து வந்து எருக்கிலம் பற்றைக்குப் பின்னால் போட்டு வைத்திருந்தான். பற்றையடியிலிருந்து வடியும் தண்ணீரைக் கண்டு சந்தேகம் வராதவாறு மண்ணை மூடி எச்சிலை காறித் துப்பியவாறு தொலைபேசியை எடுத்தான்.

“வாங்கஎெண்டா..”

“டைம் போய் நாறிச்சு எண்டா நாய் வந்திடும்..”

“வாறியளா.. முபீஸிட மில்லுக்குள்ளால இறங்கி வந்தேளெண்டா குட்டிக்களப்பு பார் பின்னால நிக்கேன்..”

எருக்கிலம் பிஞ்சு வெடிக்க கருவண்டுகள் கூட்டமாக வந்து அவன் தலைமேல் சுற்றத் துவங்கின. ஆயுதப்

பையிலிருந்த விசிறியை எடுத்து விரட்டிக் கொண்டிருந்த சிலநேரத்தில் யாரோ ஓர் மூலையிலிருந்து களப்பு ஓரமாக சைக்கிளை இறக்கும் சத்தம் கேட்க சுதாகரித்துக் கொண்டான். களப்பின் மேல் நகாசு வேலைக்காக சீவிளியால் உதறிய சூரியத் துகள்களின் கதகதப்பில் கூசிக் கவ்விய கண்பார்வைக்கு சைக்கிள்கள் கிட்ட வரவர துலக்கமாகின.

“மாமா.. உனக்கெப்பிடித்தான் சாமான் அம்புடுதோ தெரியா..”

சைக்கிள்களைச் சாத்தி விட்டு பனைமரக் கருக்கில் சாவியை கொழுவி வைத்தபடி பற்றைக்கு பின்னால் மூடி யிருந்ததை திறந்து பார்த்தனர். வாலைத் தவிர முழுப்பகுதியும் உரப்பை ஒன்றினால் மூடப்பட்டதிலிருந்து தண்ணீர் இன்னமும் சொட்டிக் கொண்டிருந்தது. வந்த இருவரில் ஒருவன் ஆயுதப்பையைத் தாங்கலாகத் தூக்கி காகிதம் சுத்தி யிருந்த கூரான முனை வாள்களை ஒன்றோடொன்று விசுக்கி உராய்ந்து கொண்டான். பையை விலத்தி கால் கழுத்தென கொத்தி தனியாக எடுக்கவென பெரிய பிளாத்திக்குப் பையை சரிபாதியாகக் கிழித்து கைப்பிடி ஞெகிழியை அக்குள் வழியே செருகி ஆடை அழுக்காகாது கசாப்புக்காரன் தோரணைக்கு இருவரும் வந்திருந்தனர். சுற்றிவர வடலிகள் மண்டியிருக்கும் மடுவுக்குள் சாமானை இழுத்து வர இரத்தம் சீறிப் பாய்ந்துவரும் கோடுகள் நாலாபுறமும் சிதறி இழுகி வந்தன. ஆள் உயர பெரிய மடுவிலிருந்து ஒற்றையடிப்பாதைக்கு நாற்பது அல்லது ஐம்பது எட்டுகள் வரை நடக்கலாம். கள்ள மாடுகளை இப்படி மறைவான இடங்களில் அறுத்து இறைச்சியெடுப்பதுண்டு. அதனால் எலும்பு கொத்தும் சத்தம் ஒற்றையடிப் பாதை வரை கேட்டாலும் ஆபத்தில்லை. அவன் இன்னும் எருக்கிலம் பற்றை வண்டுகளை துரத்தியபடி பாதையோரம் சாய்ந்து கிடந்தான். அழுக்குக் கால்சராயை கால்களோடு களப்பிலிருந்து வெளியே எடுத்து வெளிறிய விரல்களை காயவிட்டிருந்தான். வலது குதிரையென்பு முழங் காலில் துவங்கும் ஒரு பக்கத்தில் அந்தக் குறியீடு தெளிவாகத் தெரிந்தது. அக்கரைப்பற்றில் அவனொருத்தன் தான் கொங்கோவுக்கு வேலைக்குப் போனவன். அங்கே சில

வருடங்கள் சிறையிலிருந்து இலங்கைக்கு அனுப்பப்பட்டதாக ஊருக்குள் கதை உலவியது. சிறு வயதிலே சென்று விட்டதாலென்னவோ அவனுக்கு நண்பர்களெனச் சொல்லிக் கொள்ள யாருமில்லை. இந்தப் பொடியன்களுக்கு எப்படியோ பழக்கமாகியிருந்தான். அவன் பேச்சு சிந்தனை எல்லாமே புதிதாயிருக்கும். அங்கிருந்து வந்த நாளிலிருந்து அவன் காலில் அந்த குறியீடு இருக்கும். அவ்வப்போது வெளியே தெரிவதை சாதுரியமாக மறைத்துச் சமாளித்து விடுவான். தப்பித் தவறி வெளியே தெரிந்தாலும் அது கின்சசாவின் ரவுடிகள் போட்டுக் கொள்ளும் மார்க் எனச் சிரிப்பான். கின்சசாவின் பாசைகள் அவனுக்கு அத்துப் படியாயிருந்தன. யாராவது தமிழில் எதையாவது சொல்லி அதை அந்த ஊர் பாசையில் மறுகூறச் சொல்லுவதுண்டு. அவனும் சலிப்பில்லாமல் சொல்லிக் கொண்டிருப்பான். அவன் சமைக்கிற கொங்கோ உணவுகள் கிறங்கடிக்கும். கருணைக் கிழங்கை இறைச்சி, வெந்தயம், புளி, வெங்காயம் பச்சை மிளகாயோடு அவித்துச் செய்கிற ம்பாலா எச்சிலேற்றும்.

"மாமோய்.. அனஸ் வரல்லியா இன்னும்..?"

பனை மரத்திலிருந்து வெளவால்கள் ஒவ்வொன்றாக பறக்கத் துவங்குகிற நேரம், மெதுவான குளிர் காற்று களப்பை நீவி வந்ததில் கொஞ்சம் இலயித்திருந்தான். எலும்புகளை புதைப்பதற்கென்று அந்த மடுவைத் தாண்டி ஒரு மடுவ மிருக்கும். பகுதியாக புதைந்து மசியலாகிய மாட்டெலும்பு களிலிருந்து கடும் துர்வாடை ஏறி வரும். அந்த இடம் பாதுகாப்பானது தான். அங்கு ஏற்கனவே அவன் தோண்டி வைத்த சிறிய குழியில் மஞ்சளிட்ட தலை மாத்திரம் கவிழ்த்துக் கிடந்தது. எலும்புகளையும் வயிற்றுக்குடல் கழிவுகளையும் சரசரவெனப் போட்டு அவர்களிருவரும் குழியை மூடி மண் இறுகும் அதிர்வு கேட்டவுடன் அவன் அவசரப்படுத்தினான்.

"கறிப்பாட்டுக்கு ஒண்டு படுத்துங்கடா மக்காள்."

"அவன் ஆடிப் பாடி வரட்டும்.."

சப்னாஸ் ஹாசிம் 13

பீடியொன்றை கொழுத்த நினைத்து வாயில் வைத்தவன் தொலைவிலிருந்து ஒரு இழை போல இசையும் பாங்கோசை முடியும் வரை காத்திருந்தான். அவ்வளவு உத்தமனெல்லாம் இல்லை அவன். இன்றைக்கு பீடியை கொஞ்சம் தாமதமாகக் கொழுத்தலாம், அனஸ் இன்னும் சாவகாசமாக வரலா மென்றிருந்தது அவனுக்கு. நனைந்த கால்களில் படும் காற்றுக்கு உடம்பு கொஞ்சம் நடுங்கியது. காற்றுக்கு மட்டு மில்லை அந்த நடுக்கமென்பது உள்ளூரத்தெரிந்தது. கோடுகளாய் அலைமேலெழும்பி பசி வரி வரியாய் ஒட்டிக் கொள்ளும் நடுக்கமது.

***

தேநீர்க் கோப்பையிலிருந்து தீர்ந்த எறும்புகள் வரிசை அவன் படுத்திருந்த அக்குள் இடைவெளியினூடு சுவரைத் தொட்டது. வெயில் இறங்கியிருந்தும் அனல் தாவுகிற சுவரிலிருந்து பிசுபிசுத்த முதுகை அவ்வப்போது தொடும் காற்றினிதத்தில் கொஞ்சம் தூங்கியிருந்தான். புடைத்த சுளகைக் கவிழ்த்து விட்டு குளிக்கப் போயிருந்தாள் கிழவி. வாசலில் நின்ற நாக மரத்தோடு ஞெகிழிப்பூட்டோடு சாத்தியிருந்த சைக்கிளில் ஒரு செண்பகம் வந்தமர்ந்தது. அந்த நாக மரத்து சருகையெல்லாம் தினமும் பெருக்குவதிலே கிழவியின் ஆயுசு ஏறக்குறைய முடிந்திருந்தது. வழக்கமாக உட்காரும் செண்பகத்துக்காக நாகமரத்தை வெட்டாமல் சைக்கிளைச் சாத்தி வைப்பான் அனஸ்.

“வாப்போய்... அனஸு..”

கிணற்றடியிலிருந்து நடுங்கும் குரல் தடித்து வந்தது. கிட்டத்தட்ட பாக்குத் தட்டின் வெண்கல அடி சரியும் போது கேட்கும் கிண்ணென்ற ஓசை. ஏறத்தாழ ஊரெல்லாம் பசியும் பஞ்சமும் மூண்ட பின் இளைத்துப் போன குரல்.

“வெச்ச சோறு காயுது.. ஒழும்பன் டா வாப்பா..”

சோறென்றால் முன்னரைப்போல சோறு வேறாக இரண்டு மூன்று கறி வேறாக என்றெல்லாம் இல்லை. இருப்பதை வேகவைத்து ஒன்றாக பிசைந்த உருண்டைகள் தான்.

கிழவிக்கு சில உருண்டைகள் போதுமானது. அதுவும் முழுப் பாக்கு போல சிறிய உருண்டைகள்.

சுருதி மாறாத வெண்கல அதட்டலுக்கு எழும்பி சுருங்கி உட்கார்ந்து கொண்டான். சாச்சப்பாவின் ஞாபகம் வெறிச் என்ற தூக்க மஸ்து தெளியும் போது மெதுமெதுவாக ஒட்டத் துவங்கியது.

“அந்தாள் ஊரெல்லாம் வாங்கிப் பொட்டு ஒளிச்சுக்குவான்..”

“நான் விடிஞ்சொழும்பி கண்டவன் ட கத கேக்கனுமா..”

“அதான் மொகத்துலயே வெசலம் சென்ன..”

கீழே வழுகிய சாரத்தை சரிசெய்தபடி வாசலுக்கு வரும் போது கூட செண்பகம் அப்படியே குந்தியிருந்ததை பார்த்தபடி இருந்தான். நாக மரத்தின் பின்னால் புலிபோல பதுங்கும் ஒரு பூனை முன்னங்கால்களை ஊன்றி தக்க தருணமொன்றுக்காக செண்பகத்தை குறிபார்த்த படியிருந்தது.

“சாச்சப்பா தானே வாப்பா..”

“இப்புடி கதக்குறயா. மூத்தாக்களுக்கு..”

கிழவியின் சத்தத்தில் செண்பகம் பறந்த ஏமாற்றத்தை சைக்கிள் இருக்கை மீது பாய்ந்து தணித்துக் கொண்டது பூனை. இதற்கு முன்னரும் பலதடவை கிழவியின் சப்தத்தில் இரையைத் தவறவிட்டு மெலிந்திருந்தது.

“புள்ளயா குட்டியா, கொமர் நிறைவேத்தனுமா..”

“என்னத்துக்கு ஊராண்டய வாங்கிக்கு ஒளிச்சிக்கி திரியனும்..”

கிழவி துவட்டிய துண்டை உதறியதும் பயந்தோடிய பூனையின் இடத்தை மெதுவாக கூரையிலிருந்து தாவித் தாவிப் பிடித்தது செண்பகம்.

“நெல்லடுக்கப் போறேன் எண்டு கெடந்த காசெல்லாம் அதுல கொட்டி இப்ப எல்லாம் கழுத்த இறுக்கிக்கி நிக்குது..”

சுளகோடு உள்ளே போன கிழவி மூடாத சோறுருண்டைப் பீங்கானை பாத்திரத்தால் மூடும் சத்தத்திற்கு திரும்பியவனுக்கு தொலைபேசி ஞாபகம் வந்தது. வீட்டில் இருப்புக் கொள்ளவே முடியவில்லை. இந்த மனுசன் காணாமலாகி ஆறு மணி நேரத்தில் நான்கு பேர் வந்திருந்தனர்.

“வக்கில்லாட்டி ஏண்டா கடன் வாங்குறியள்..”

“பேசாம நீங்களும் சுனாமியில மொத்தமா மாட்டி யிருக்கலாம்..”

முகத்தில் ஒரு இடத்தில் அரும்பு தாடி சமச்சீரற்று வளர்ந் திருந்தது. சிறிய கத்தரிக்கோலால் மற்றைய அரும்புயரத்தை ஒட்டி ஒட்ட வெட்டிக் கொண்டான்.

“உனக்கு தாடி வரவே வராதா..”

“சாச்சப்பா நெல்லுக்காரன் கிட்ட போயிருக்கார் யோசிக்காத மன..”

குரல்கள் கேட்டுக் கொண்டேயிருந்தன. பளபளக்கும் செண்பகக்கழுத்தாலான அசரீரியை குறிபார்க்கிற மெலிந்த பூனை அதட்டல்களும் அவற்றைக் கலைக்கும் பசிக் கிழவி மிரட்டல்களுமென உள்ளிருந்து தடிக்கும் கோபம், அழுகை, அழுந்தும் விரக்தி, எப்போதோ வயிறு நிரம்பிய பிரக்ஞை, கைகளிலிருந்து நழுவாத இயலாமையெல்லாம் குரல் வடிவில் இம்சித்தன. ஆன்மா சுருங்கி சூம்பியிருந்தது. அதை உசுப்பி உடல் முழுவதும் பரப்பித் தெம்பேற்றி விட்டால் என்ன வென்றிருந்தது அவனுக்கு. நெல்லடுக்குவது ஒன்றும் ஆபத்தான முதலீடில்லை தான். பெரிய அரிசி ஆலைகளிலோ வேறு களஞ்சியசாலைகளிலோ அறுவடைக்கு பின்னர் குறைவான விலைக்கு வாங்கப்படும் நெல்லு மூடைகள் அடுக்கப்பட்டு பாதுகாக்கப் படும். விலை கூடிய பின்னர் நாம் விரும்பினால் உடைத்து அச்சமயம் போகிற விலைக்கு மூடைகளை விற்றால் காயவைத்த செலவு களஞ்சிய செலவு போக பெரிய லாபம் கிட்டும். அரச கட்டுப்பாட்டு விலை, அதிகாரிகள் கெடுபிடியென கொஞ்சம் இடர் இல்லாமலில்லை. அவன் சாச்சப்பா நெல்லடுக்கிய அரிசி ஆலை முதலாளியின்

களஞ்சியங்கள் பலவும் முற்றுகையொன்றில் சீல் வைக்கப் பட்டிருந்தன. இதனால் அவரினது இக்கட்டான நிலையிலும் அடுக்கிய நெல்லை உடைத்து விற்க முடியாத சூழ்நிலை இருந்தது. களஞ்சியசாலையில் ஒருவர் அடுக்கிய நெல் மூடை களை விற்பதற்காக மீள எடுப்பதை உடைத்தல் என்ற சொலவடையோடு சொல்வதுண்டு.

“மருமோனேய்.. நல்ல சாமானொண்டு வந்திரிக்கி..”

மாமா தான் அவனுக்கு கொஞ்சம் ஆறுதலாயிருந்தான். அவ்வப்போது தூர்ந்து நடுங்கும் ஆன்மாவுக்கு மாமா போல எந்தச் சபலமும் இல்லாத சிநேகிதம் தேவையாயிருந்தது. செண்பகத்திற்கு பூனைத் தொந்தரவில்லாத இருக்கை போல அல்லது பூனைக்குக் கிழவிச்சத்தத்தில் பறக்காத செண்பகம் அல்லது அதற்கு முந்தைய இரைகள் போல அவனுக்கு மாமா இருந்தான். மாமா எதையும் தலைக்கெடுத்துக் கொள்வதில்லை. வந்து சில மாதங்களே ஆயின. அவன் உலகம் சராசரிக்குக் கொஞ்சம் மேலே வித்தியாசமாயிருந்தது. லெய்யரை விட்டால் வேறு போக்கிடம் இப்போதைக்கு இல்லை தான். லெய்யர் என்றால் தலைவரென்று ஆபிரிக்க மொழியில் அர்த்தமாம். வந்த சில நாட்களில் மாமா பழக்கி விட்டிருந்தான். நொட்டன்டெலே என்றால் நன்றி, ஒஸாலி மலாமு என்றால் எப்படி இருக்கிறாய் என ஏகப்பட்ட கொங்கோ வார்த்தைகள் புழக்கத்தில் இருந்தன. அவசரமாய் ஆடையைக் கொழுவி திறந்த பொத்தான்களோடு சைக்கிளைத் தள்ளினான்.

“அனஸு.. சாப்பிடாமப் போறியா மனேய்..”

வெண்கலக்கிழவித் தொல்லையைத் தாண்டியதும் மருங்கி இருட்டிய நேரத்தில் இரவுக்குளிருக்கு முதல் துடித்தெழும்பும் மெல்லிய வெக்கைக்கு பொத்தான்கள் திறந்தே இருக்கலா மென்றிருந்தது. சைக்கிள் சில்லு சுழலும் போது வீதி விளக்குகளுக்குக் கம்பிகளின் நிழல் விகாரமாவது போல சாச்சப்பா அவர் நினைவுகளோடு வந்து வந்து போனார். ஒவ்வொரு தடவையும் நினைவு மேலெழும்பும் போது பாதையோரம் சில்லுக்கம்பி நிழற்சுழலின் மேல் துப்பிக் கொண்டான். மெலிந்த உடலில் குரல் மட்டும் கம்பீரத்

தோரணையோடு அவனுக்கு நினைவு தெரிந்த நாள் முதல் சாச்சப்பா தான் அவனுக்கு சகலமுமாக இருந்தார். அந்த உடல்வாகிலிருந்து இளைத்துப் போன எல்லாமும் அவனுக்காகவென்று அவனுக்கு தெரிந்திருந்தது. ஆங்காங்கே வீதிக்கு வந்த கிணற்றடி நீரில் அவன் குடும்பத்தோடு இன்னும் பல பிணங்கள் களப்போடு மிதப்பதைப் போலவிருந்தது. ஒவ்வொரு தலையாய் வெளியே எடுத்து உம்மோய் வாப்போய் என்று அலறுவது போலிருந்தது. கரைவலை மடியிழுப்பு போல எங்கோ சைக்கிளில் ஒரு காந்த ஈர்ப்பு இருப்பதாய் மிதிக்கத் தோன்றியது. தெருவெங்கும் பசி வார் அறுந்து கீழே விழப் பார்த்தது. இலங்கையில் பாதிக்கு மேல் ஒரு வேளை தான் வயிற்றை நனைக்கிறார்கள் என்று தெரிந்தது.

***

இருளில் தூமமாய் கிளம்பும் பனங்காட்டில் அரவமற்ற வெளி அவ்வப்போது ஊளையிடும் நாய்களால் லேசாக கதிகலங்கிக் கொண்டிருந்தது. மடுவத்திலிருந்து வடக்காகப் பதினைந்து எட்டுகளில் மூன்று கற்கள் மேல் கொதிக்கிற கறியின் மிளகினது காரத்தை குபுகுபுவென எரியும் பனம் பாளை விறகின் நமைச்சலுக்குள் அடிக்கடி திறந்து சுவைத்துச் சரிபார்த்தனர்.

“இன்னம் ரெண்டு கொதி கொதிச்சா சரி..”

“இந்தக் கறிக்கு சோறு தான் சரி.. இந்த மாமா தான் பாண் பாணெண்டு ஒத்தக்கால்ல நிக்கான் மனிசன்..”

“சோத்த கொழைய வெச்சு ஃப்ப்ஃப்....”

அவர்கள் சலித்துக்கொண்டனர். லெய்யரை மீறி எதுவும் செய்யக்கூடாதென்பது தான் முக்கிய விதியாயிருந்தது. தலை விசயத்திலும் லெய்யர் மாத்திரமே பூசை செய்யலாம். மடுவத்தில் கிழக்கு மேற்காக தோண்டப்பட்ட குழியிலே தலைப்பூடம் மறுபக்கம் சாய்த்து வைக்கப்படும். மஞ்சள், குங்குமம், இலவங்கப்பட்டை, ஓமவள்ளி கப்பாத்தும்பை யெல்லாம் வைத்து ஒரு வகை பூசை செய்வான் மாமா. பூசையில் கத்தரித்த நாய்வாலையோ மாட்டுவாலையோ உடலோடு சுருட்டி வைப்பான்.

"மாமோய்.. எல்லாஞ்சரி, எதுக்கு வால் வெக்கிற..?"

"மருமோனே.. சும்மா மனிசனத்திங்குற எண்டா மனம் ஒத்துக்குமா.."

"மாடு மனிசனெல்லாம் ஒண்டு தான் டோய்.. அதக் காட்டுறதுக்குத் தான் வாலு.."

உலகத்தில் தடைசெய்யப்பட்ட எத்தனையோ சமாச்சாரங் களை இலகுவாக மனிதனால் அறமின்றி மீற முடிகிறது. ஆனால் நரமாமிசம் மட்டுமே அதற்கு விதிவிலக்காயிருக்கிறது. மனிதனை மனிதன் கொல்லும் போது வராத பதட்டமும் அருவருப்பும் மனிதனை மனிதன் சாப்பிடும் போது மட்டும் எப்படி வரும்.? அசைவம் உண்ணுபவனுக்கு ஒரு உயிரை முடித்து வைக்கிற அதிகாரம் கிட்டுகிறது. மாட்டின் ஆன்மாவை மனிதனின் கைகளாலே முடித்து வைக்கிற வல்லமையிருக்கிறது. அதைப் பற்றிய குற்றவுணர்ச்சி இல்லாமலே வாட்டி அதைப் புசிக்கிற மனோதிடமும் இருக் கிறது. மனிதனின் உணவுக்காக மனித உடலைக் கிழிப்பது மட்டும் எப்படி பெருந்துயரமாகும்..? மாமாவின் கவர்ச்சி கரமான வாதங்கள் மருமகன்களைக் கட்டிப் போட்டிருந்தன. தின்னப்படும் ஆன்மாவின் அசுரபலம் நொந்து போன வாழ்வில் இழுகிப் போராடுவதிலிருந்து நிமிர்ந்து நின்று சண்டை செய்யக் கைகொடுக்குமென அவர்கள் நம்பினர்.

களப்பின் மறு ஓரமாய் இறால் பிடிக்கும் திட்டுகளிலிருந்த சிம்னி விளக்குகள் மங்கிய புள்ளிகளாய் அவ்வப்போது சிமிட்டிக் கொண்டன. கரையேறும் வள்ளங்களின் வயிற்றில் துடுப்பு அடிபடும் சத்தம் நீரின் குற்றலையோடு மிதந்து வந்தது. களப்பின் மேம்பாலத்திலிருந்த மின்விளக்குகளின் விம்பம் கோடுகளாய் களப்பின் மிசை கிடத்தினாற்போல் நீர்த்தழும்பலில் நெளிந்தது.

"வாடோய்.. அனஸு.."

"மருமோனே. ஒரு வாழயெலயப்பாத்து குந்து மகன்.."

சைக்கிளைச் சாத்திச் சட்டையை உருவிக் கொழுவிய பின் களப்பினோரத்தில் தெளிவான தண்ணீரில் கை கால்

கழுவிக்கொண்டான். அப்போதும் செண்பகக்கண்களாய் சிம்னி விளக்குகள் தள்ளாடிக் கொண்டிருந்தன. அப்போது வள்ளங்களிலிருந்து ஐசுப் பெட்டிகளை ஏற்றுவது இருண்ட மறுகரையில் தெளிவாகத் தெரிந்தது. களப்பு நீரின் கவிச்சையை உதறி விட்டு இலையில் எல்லோரும் குந்தியிருந்தனர். இலை மேல் கறிக்குவியலின் ஆவிப்பறப்புக்கு நடுவே குழம்பு இலையோரத்திலிருந்து மண்மீது சொட்டாமல் உயர்த்திப் பிடித்தபடியிருந்தனர். ஆளுக்கொரு பாணைப் பிய்த்து கறியோடு இறைச்சியை மெல்லும் போது மாமா வானத்தை அண்ணாந்து பார்த்தபடியிருந்தான். அவன் காலிலிருந்த குறி தெளிவாகத் தெரிந்தது. மண்டையோட்டின் கீழ் ஒரு முள்ளுக் கரண்டியும் தேக்கரண்டியும் குறுக்காக வரையப்பட்டிருந்தது. சாப்பிடச் சாப்பிட மார்பிலும் உடற்றசைகளிலும் இனம் புரியாத வலுவேறுவதாக அவர்கள் நம்பினர். இப்போது பசி தீர்ந்துவிடுமென்று கண்டிப்பாக ஒத்துக்கொண்டனர். ஒரு துயரத்தின் முடிவிலிருப்பதாக இலை முடியும் வரை சுகித்துப் புசித்தனர். ஆன்மா இரட்டிப்பு பலங்கொண்டாற்போல் பதகளித்துக் கூவினர்.

“மாமோய்.. நெருப்பு சாமானா இருந்திச்சோய்...”

“ஆரு மாமா நீ எங்க கெடந்து வந்தாய். இப்பிடித் திண்டு எம்பெட்டு நாளோய்...”

“லெய்யரோய்.. நொட்டொரண்டலே.”

சைக்கிளைத் தள்ளி கூப்பாடுகளோடு வெளியேறும் போது அனஸை சாச்சப்பாவின் நினைவு மீண்டும் பீடித்துக்கொண்டது. மடுவத்திலிருந்து முப்பத்தியாறு முப்பத்தியேழென எட்டுகள் தாண்டும் போது தலைப்பூடத்திலிருந்து காந்தம் போல கால்களை ஈர்ப்பது போலிருந்தது. நாய் ஊளைகளடங்கிய பெருவமைதியில் சிம்னி விளக்குகள் நூர்ந்த களப்பு சிங்காரமாய்ப் படுத்திருந்தது. க்ளப்பிலிருந்து மிதந்து வந்த உடல் மூடியிருந்த சட்டைப் பையிலிருந்து விழுந்த உடைக்கப் படாத நெல்லடுக்கிய ரசீது இன்னேரத்திற்கு எருக்கிலம் புற்றைக்குப் பின்னால் உலர்ந்திருக்கும்.

# ஆர்கலி

அவன் அந்தத் தகட்டுக்கதவை ஓங்கி அடித்துக் கொண்டிருந்ததில் ஊரே சற்று நேரத்திற்குக் குழுமியிருந்தது. சதகத்தும்மா ஒரு ஓரமாக அத்திவாரத்திட்டில் குந்தியிருந்தாள். கண்ணிலிருந்து நீர்வரத்து நின்றிருந்த பிசுபிசுப்புக்குத் தாடைய ஒட்டவைத்துப் பார்த்தபடியிருந்தாள். கால்களைச் சுற்றி பூனைக்குட்டிகள் ஒன்றன் மீதொன்று வாகாய்ப் படுத்திருந்தன. அத்தனை அவமானத்திலும் பூனைகள் கால்களைக் கவ்வி உரசும் வால்சுரணை கொஞ்ச நேரத்திற்கு இருக்கலாமென்றிருந்தது. கிணற்றைச் சுற்றி குளிக்கக் கட்டிய சீமெந்துக் கட்டின் கீழ் மணல் சாந்தோடு அரித்துப்போனதில் சாய்ந்திருந்தது. அந்தக் கட்டில் உடைந்த கண்ணாடியொன்று மாட்டியிருந்தது. அந்தக் கண்ணாடி ஆடுகிற தெறி விம்பம் பளிச்சென அங்கொன்றும் இங்கொன்றுமாய் ஆடிஆடி விழுந்தது.

“இந்த மாப்ளோலியாரு என்ன வெட்டக் கெறக்க..?”

“இது ஒண்ட ஊடா நாயே, ஒனக்கொரு சொத்துமில்ல. வெட்டக்கிப் போடா பேயா..?”

சத்தங்களும் வசைகளும் ஓயாமல் நீண்டு கொண்டே யிருந்தன. புதிதாகக் கட்டப்பட்ட ஒத்தாப்பிலிருந்து தட்டு முட்டுச்சாமான்களை வீசியபடி இருந்தான் நௌபல். தலையிலிருந்து வீறிட்டு ஒடிய ரத்தம் இப்போதைக்கு

உறைந்துவிட்டிருந்தது. போதை மாத்திரைப் பழக்கத்திற்குப் பிறகு விகாரமாக ஊதி உப்பியிருந்த உடலில் முன்னும் பின்னுமாக ரத்தக் கோடுகளும் சிராய்ப்புகளும் நீண்டிருந்தன. சிறுவயதில் வரிசையான பற்களோடு அவன் சிரிப்பதில் அத்தனை வாக்காயிருக்கும். வாழ்நாளில் பாதி நாளை எங்கள் வீட்டிலோ பெரியம்மாவின் வீட்டிலோ தான் கழித்திருப்பான். கறுத்த உருவம், ஒட்ட வெட்டிய முடி, முற்றாத தேக்கு உடம்பென அவன் வாகு கவர்ச்சியாயிருக்கும். சதக்கத்தும்மாவின் வீடு எங்கள் வீட்டிலிருந்து இரண்டு வீடு தள்ளியிருந்தது. படலையைத் திறக்க இரண்டு தென்னைகள் போஸ்ட் மாஸ்டரின் ஓரத்தில் பொதுவேலியினை ஊடறுத்து நிற்கும். வாசலில் ஆற்றுமணலை காலையிலேயே துப்பரவாக்கி வைத்திருப்பார். கோழிக்கூட்டுச்சத்தமும் பெரியப்பாவின் ஓதுகிற சத்தமும் இழைந்து ரம்மியமாயிருக்கும்.

சதக்கத்தும்மாவுக்கு ஒரே ஒரு பெண்தான். மற்றைய மூன்றும் ஆண். சுலைஹாவுக்கு அப்படியே உம்மாவின் ஜாடைபோல உருண்டை உருண்டையான கை கால், சுருண்ட கறுகறு எண்ணெய் முடி, இருண்ட தென்னைமர நிறமென இருப்பாள். ஊரெங்கும் தேடியும் யாரும் அவளுக்கு மாப்பிள்ளை பேச வரவில்லை. இருந்த காணி நிலத்தை யெல்லாம் சீதனமாகப் பேசி வெளியூர் மாப்பிள்ளையைக் கட்டிவைத்தனர். அவரும் அநியாயத்திற்கு கறாராயிருந்தார். பார்க்க கோரமாயிருந்தாலும் காரமான மனுசனென்பார் பெரியப்பா.

சதகத்தும்மாவின் மூன்று ஆண்களும் ஆளுக்கொரு ரகம். அடிக்கடி வீதியிலிறங்கி அடித்துக் கொண்டேயிருந்தனர். ஆளுக்காள் கடிப்பது, நடுமுதுகில் வெந்நீரை ஊற்றுவதென எந்த மட்டத்திற்கும் இறங்கிச் சண்டை பிடித்தனர். இத்தனைக்கும் சதக்கத்தும்மா சாதுவான மனுஷி. தன் பிள்ளை வேற்றான் பிள்ளையென்று வேறுபாடு காட்டாதவள். உம்மோய், புள்ளேயென்று வாஞ்சையோடே பேசுவாள். என் உம்மாவிற்கு ரத்த சொந்தமில்லை. ஆனாலும் அவள் எனக்குப் பெரியம்மா. அவள் சுடுசோறும் உழுவை மீன் சுண்டலும் வைப்பதைப் போல இந்த அக்கரைப்பற்றில்

யாருமே வைப்பதில்லை. அவித்த உழூவை மீன் சதைகளை கிள்ளித் தேங்காய்ப்பூ, காரக்கொச்சிக்காய் தக்காளி விட்டு மாட்டெண்ணெயோடு தாளித்து மண்பானையில் கிண்டி வைத்திருப்பாள். மாலையானால் முக்காடிட்டு மன்சீலோடு குந்தியிருந்து ஓதுவாள். சாம்புராணி மணம் கோடுகள் போல எங்கள் திண்ணை வரை தட்டும். பெரியப்பா கனிவான மனுசன். அவர் ஒரு பாவா. கடைக்குப் போகும் நேரம் தவிர்த்து மிகுதி நேரமெல்லாம் ஓதிக் கொண்டிருப்பார். பெரிய பெனியனோடு வார் பெல்ட்டு அணிந்தபடி ஆற்றுமணலில் இரும்புக் கைத்தடியோடு ஆடிய சீன அடி இன்னும் என் கண்ணுக்குள்ளே இருக்கிறது.

பெரியப்பாவின் வைரம் பாய்ந்த உடம்பையும் தைரி யத்தையும் சொல்ல ஒரு கதையுண்டு. அதுதான் எங்களுக் கெல்லாம் தந்தையதிகாரம். அந்த வாசலில் தென்னை மரங்கள் வருவதற்கு முன்னர் ஒரு மாட்டுக் கவணை யிருந்திருக்கிறது. அதில் புதிதாக வாங்கி வந்த நாம்பன் மூர்க்கமாக அறுத்து ஓடப்பார்த்திருக்கிறது. சிறுவனாகவிருந்த நௌபலின் அண்ணன் விளையாட்டாக அந்த மாட்டை சீண்டவும் மாடு நீண்ட கயிற்றோடு அவனை பக்கத்திலிருந்த கமுகோடு சுற்றி ஓடியபடி இறுக்கவும் குழந்தையின் மாரில் கயிற்று வளையங்கள் அழுந்த விறைத்து அழுதிருக்கிறது. மின்னல் போல பெரியப்பா பாய்ந்து வந்த மாட்டை கொம்போடு சாய்த்து குழந்தையை மீட்ட கதையை உம்மா அடிக்கடி சொல்வதுண்டு. வாப்பா என்றாலும் சும்மா இல்லையென்று ஈன்றவனின் உசத்தி பேச இந்தக் கதையை எங்களூரார் சொல்லுவதுண்டு.

பெரியப்பா சூஃபி தரீக்கா ஈடுபாடு கொண்டவர். அவருக்குத் தெரியாத பெரியார்களோ ஞானிகளோ இருக்க முடியாது. சுவரில் பையத்து எடுத்த சூஃபிகளின் படம் கொழுவியிருக்கும்.

சிறுவயதில் பயந்தால் தம்ளரில் நீரெடுத்து ஓதி ஊதி விடுவார். எங்கள் வீட்டில் பெரிய தேக்கு அலுமாரி யொன்றிருக்கும். அதை தள்ளவேண்டுமென்றால் பெரியப்பாவைக் கூப்பிடுவோம். தனியாகத் தள்ளுவார்

மனுஷன். வருடம் ஒருமுறை வீட்டில் கந்தூரி நடக்கும். ஊர்ச்சனம் குவியும். மாடறுத்துப் பந்தி போட்டுத் தடபுடலாய் மௌலீது ஓதி முடியும் கந்தூரிக்காக சதகத்தும்மாவின் சொந்தபந்தங்கள் இரண்டு நாள் முன்னரே வந்துவிடுவர். காட்டுமாடு கட்டிக்கிடக்கும் வாசலில் பெரிய ஃபோகஸ் லைட் மாட்டியிருக்கும். கண்ணாடி இல்லாத லைட்டின் தங்குதன் சூட்டுக்கு விட்டில்கள் எரிந்து விழுகிற வாசம் இப்போதும் நாசியிலிருக்கிறது. இரவே கித்மத்து என்கிற சமையல் வேலைகள் துவங்கிவிடும். அக்கம்பக்கத்திலிருந்து ஆளாளுக்கு உரல் உலக்கை, துருவமனை, பாய்விரிப்பு பீங்கானுகளென ஏறக்குறைய எல்லாப் பெண்களும் வந்து சேர்ந்துவிடுவர். குவியலாக அரிந்து வைக்கப்பட்ட வெங் காயம், தக்காளி, பூண்டு இத்தியாதியெல்லாம் இரவே வேறாக்கப்பட்டு மூடியிருக்கும். பெரிய போத்தல்களில் நெய் சாத்தியிருக்கும். அடுக்கப்பட்டிருக்கும் அரிசிப் பைகளுக்கு நடுவே சதக்கத்தும்மாவின் குடும்பப் பெண்களின் பிள்ளை களோடு திருடன் போலிஸ் விளையாடுவது வாடிக்கையான ஒன்று. இரவானதும் இஸ்லாமியக் கீதங்களைப் பாடுவதற்கு நௌபல் ஒரு பெரிய தோற்பறையோடு வந்து நெருப்புக் காட்டுவான். அதை நாங்கள் ரப்பான் என்று சொல்லுவோம். நெருப்பு ஏற ஏற தோற்சத்தம் கிண் கிண்ணென்று இருக்கும். சதகத்தும்மாவின் ஆண்களுக்கு அழகான குரல்வளமிருந்தது. இறைவனைப் பாடும் குரல். சுற்றியணைத்துப் பெருக்கோடும் ஆர்கலி அது.

"அருள் மழை பொழிவாய் ரகுமானே.."

இசுலாமிய கீதங்களை ராகமெடுத்துப் பாடுகிற போது மாடறுக்கும் ஆட்கள் வந்து விடுவார்கள். பெரிய உரப்பையிலிருந்து நீண்ட கத்திகள், கோடரி, அரம், பெரிய பலகைக்குற்றியென இருக்கும். மாட்டின் கால்களுக்கு முடிச்சுக் கயிறு போட்டு ஒட்டவைத்து மாடு சாயும்போது அறுப்பதைப் பார்த்தால் பயந்துவிடுவார்களென்று சிறுவர்களை விரட்டிவிடுவார்கள். காய்ந்த ஓலைகளை பரப்பி விட்டு மாட்டை இழுத்து வந்து பெரியப்பா கத்தியை எடுத்துக் கொடுக்க கலீமா ஓதி அறுப்பார்கள். மாடு

கொத்தும் பலகைச்சத்தம் கேட்டபடியே தூங்கப் போவோம். மறுநாள் இலேசான சாண வாசத்தின் மீது சாம்புராணி ஆதிக்கம் செய்யும். தடிப்பமான மில்க் மைடு டீ பரிமாற வேலைகள் திரும்பத் துவங்கும்.

"பெரியப்போ.."

"இந்த மாட்டிற தோலெங்க.." பெரியப்பாவைக் கேட்பேன்.

"அது மாடறுக்க வந்தவன் கொண்டு பெய்த்தான்."

"நாமானே மாடறுத்த. நம்முட தோல அவரெப்படி எடுத்துக்குப் போற.?"

"மாடறுக்கிறவனுக்குத்தான் தோலோட உரித்து இருக்கு. அத அவன் ஆருக்காலும் விப்பான். செருப்பு செய்றவன் ரப்பான் செய்றவன் ஆருக்காலும்.."

"அப்ப இந்த ஊடு வளவெல்லாம் ஆருக்கு உரித்து.."

எல்லாப் பிள்ளைகளுக்கும் பிரித்துக் கொடுப்பதாக அன்றைக்கு அவர் சொன்னதில் அவ்வளவு முகமன் இருக்க வில்லை. சித்தமாக மனதில் நாம் முடிபு செய்வதெல்லாம் நிகழ்ந்துவிடுவதில்லை. நினைத்தது நடந்துவிடுகிற கிளர்ச்சியும் உள் நிறைவும் எப்போதும் எல்லோருக்கும் வாய்த்து விடுவ தில்லை. அந்த உவகை எப்போதும் கிட்டாதது என்பதை ஒரு சூஃபி நன்கறிவார்.

ஓதப் போகிறவர்கள் வரப்போகிறார்கள், வந்து சீலையைப் பிடி என்பார் பெரியப்பா. அழகாய்க் கழுவி மடிக்கப்பட்ட ஒயில் புடவைகளை நீளப்பாட்டில் பானா வடிவில் விரித்து ஒவ்வொரு இரண்டடிக்கும் மூன்று ஈச்சம்பழங்கள், ஒரு பிடி கற்கண்டென வைத்து வைத்து வருவோம். மண் குவித்த பாத்திரத்தில் நாலு பெட்டி சாம்புராணியை முழுக்கக் கொழுத்தி மண்ணில் ஊன்றுவார் பெரியப்பா. சீலைத் தொப்பியணிந்த பெரியவர்கள் வந்ததும் ஓதல் திலாவத்துகள் துவங்கி விடும். மறுபக்கம் மூன்று கருங்கல் உருட்டி முக்கோண அடுப்புத் தயாராகி தென்னை மட்டை விறகில் ஊறிய மண்ணெண்ணெய்க்கு நெருப்பு புஷ் புஷ்ஷென ஏறும்.

மாஜரின் உருண்டை உருகி வெங்காயம் கறிவேப்பிலை ரம்பையிலை என மணம் பரவும். தாளிப்பு முடிந்ததும் ஊர்த்தூள் போட்ட இறைச்சியைக் கொட்டிக் கிண்டி தேங்காய்ப் பாலை ஊற்றுவார்கள். அரிசி வெந்ததும் அடுப்பைப் பிரித்து தணலை ஆற விடும் இடைவெளியில் வீட்டிலிருந்து கொண்டு வந்த நாட்டு முட்டையைத் தணலில் போட்டு வேக வைத்துத் தருவார் பெரியப்பா.

சாப்பாட்டை இலையில் போட்டுக் கொடுப்பது சதக்கத்தும்மா கந்தூரியின் வழக்கம். அதற்காக தாமரை இலைகள் வெட்டப் பட்டு கழுவிக் கொணர்ந்திருப்பார்கள். அந்த இலை முடிச்சில் தாமரைக்காய்களைத் தேடுவோம். தண்ணீர் கொஞ்சம் விட்டு வழுக்கி விளையாடுவோம். மதியமானதும் இலையில் பாற்சோறோடு ஒட்ட எலும்பிலிருந்து கழன்ற இறைச்சியைக் கண்டதும் எச்சிலூறும். சாப்பிட்டு முடிந்த கையோடு களைப்போடு சாய்ந்து வெற்றிலை போடும் கிழவிகளைத் தூண்டி விட்டு பேய்க்கதை கேட்போம். மம்மாலிப் போடியார் தனியே நடந்து போய் பேயை அடித்து வந்த கதை, என் உம்மம்மாவுக்கு பேய் இறைச்சி கொண்டு வந்த கதை என்று அதே கதைகளை திரும்பவும் திகிலோடு உப்பு விசுக்கோத்து தேநீரென்று கிழவிகளோடு கழிப்போம். இப்படித்தான் அந்த வாசலில் வளர்ந்திருக்கிறோம். அந்த சுவர்களில் தெய்வாம்சமிருக்கிறது.

அந்த மண்ணில் ஊறிய எத்தனையோ மாடுகளின் ரத்தத்தில் தியாகம் தான் இருக்கிறது. பெரியார்கள் வந்து அமானுஷ்யமாக பெரியப்பாவோடு பேசி விட்டுப் போகிற சாய்மனை அங்கு தான் இருக்கிறது. ஓதி ஓதித் தேய்ந்து போன குர்ஆனும் சதக்கத்தும்மா முணுமுணுத்தபடி உருட்டும் மரமணிக் கோர்வையும் அங்குதானிருக்கிறது.

***

நௌபல் இப்போதெல்லாம் வீட்டில் தங்குவதை ஏறக் குறைய முழுவதுமாகக் குறைத்திருந்தான். அவன் அவசரமாக அவளைத் திருமணம் செய்திருக்காவிட்டால் ஒரு வேளை ஏதாவது வேலைக்குப் போய் ஒழுங்காக இருந்திருப்பான்

என்பாள் உம்மா. அவ்வப்போது திடீரென கறிக்கடையில் தோன்றுவான். பிறகு எங்காவது திருமண வீடுகளில் எடுபிடியாய்ச் சிரித்தபடி ஓடித்திரிவான். வானில் எப்போ தாவது பளீச்சென்று சிறு வெம்மை போல வான் பொருள் மினுங்குவதாய் அவனுக்கும் சீவிதத்தில் அற்புதங்கள் நிகழ வேண்டுமென்று எங்களுக்கும் உள்ளூர வேட்கை இருந்தது தான். இப்படித்தான் அன்றொரு நாளும் கூச்சலாயிருந்தது. நௌபல் யாரோ ஒருத்தியை மனைவி என்று கூட்டி வந்திருந்தான்.

“மூனுதரம் கலியாணம் முடிச்சு உட்ட ஓடுகாலியைக் கூட்டிக்கி இங்க என்னத்துக்கு வந்த...” என்று சுலைஹா கத்திக் கொண்டிருந்தாள்.

நானும் உம்மாவோடு எட்டிப் பார்க்கலாமென்று போனேன். சதக்கத்தும்மா தேம்பியபடி அழவும் ய்ாரோ இருவர் தேற்றியபடி இருந்தனர். என்னைக் கண்டதும் மதினியைப் பார்ப்பதென்றால் பார்த்துக் கொள் எனச் சிரித்தான். முழுக்க மூடிய ஹிஜாபணிந்த பெண் அங்கு நடக்கும் குழப்பங்களுக்கும் அவளுக்கும் எந்தத் தொடர்பும் இல்லையென்பதைப் போல நின்றிருந்தாள். இன்னுமொரு நாள் அவள் விட்டுப் போன பிறகு அவன் வீட்டு முன்னா லிருந்த வடிகானில் கால்களைத் தொங்கப் போட்டபடி யிருந்தான். வேலை செய்த மருந்தகத்தில் யாரோ போதை மாத்திரைகளைப் பழக்கிவிட்டிருந்தனர். கணீரென்ற அவனது கசல் குரல் கரகரத்தபடி அழைத்தது. விகாரமான முகத்தோடு ஒடுங்கலான போதைச்சிரிப்போடு அவன் இமாஸ¬ என்றதும் அடித்தொண்டையில் இறங்கி வலியாகச் சுரித்தது. திரும்பிப் பார்த்தேன். சதக்கத்தும்மாவின் வீடு இருண்டு கிடந்தது. பெரிய படலை இப்போது ஒற்றைப் படலையாகி கிணற்றடிப் பக்கம் ஒரு மாற்றுக்கதவு போடப்பட்டிருந்தது. முன்னால் தொங்கிய குமிழ் பல்பில் மழை நீர்படாது கவிழ்த்த கோப்பை பறவை எச்சிலின் கனத்திற்கு உடைந்திருந்தது. நௌபலை ஊராருக்குத் தெரிந்ததெல்லாம் அவனொரு நல்ல நடிகனென்று தான். தன் மீது பரிதாபம் வரவேண்டுமென கோரமாகப் பாவமாக வெகுளியாக முகத்தை வைத்துக்

கொள்வான். நடுவீதியில் குத்துக்கரணம் போடுவான். எங்காவது யாரோடாவது வம்பிழுத்து வந்து வாசலில் ஆட்களோடு நிற்பான். இன்றைக்கும் அப்படியாரோ விரட்டி வந்து சுட்ட மோட்டோடுகள் ரெண்டைத் தலையிலேயே டமாரென்று போட்டிருக்கிறார்கள். ரத்தம் வடிய வடிய பிளந்த தலையோடு நின்றவனை வெளியூர் மச்சான் வாசலிலேயே விரட்டவும் போக மறுத்து கூச்சல் போட்டபடியிருந்தான். பெரியப்பா நோய்வாய்ப்பட்டிருந்த போது ஒரு கால்துண்டு மீதமிருந்த நிலத்தை விற்றுத் தான் வைத்தியம் பார்த்தார்கள். அந்தத் துண்டையாவது நௌபலுக்குக் கொடுக்கலாமென்றிருந்தார். பெரியப்பா போனதும் நௌபல் வீட்டுப் பக்கமே போவதை நிறுத்தி யிருந்தான். இப்போது ஓரிரண்டு நாளாகத் தான் ஒத்தாப்பில் படுத்திருந்தானாம்.

“ இந்த ஊராக்கள் ஒரு நியாயத்தச் சொல்லுங்கோ. இவன் இப்புடி வெறிச்சிக்கி அடிபுடிப் பட்டுக்கு நிண்டா சரி வருமா.? எனக்குப் பொம்புளப் புள்ளயளெல்லா மிருக்கிலுவொ..” வெளியூர் வாடை அடித்தது.

ஊர்ப்பெரியவர்கள் நௌபலை ஆசுபத்திரிக்குக் கூட்டிப் போனார்கள். அவனை இனி வீட்டுப் பக்கம் போகாதே என எச்சரித்து விட்டார்கள். பெரியப்பா சீனடி செய்து காட்டிய மணலில் ஒரு நாய்ச்சண்டை ஓய்ந்திருந்தது. எனக்கு மணியின் ஞாபகம் வந்தது. மணி பெரியப்பா வளர்த்த ஆட்டுக் குட்டி யின் பெயர். கறுத்த மேனியின் வெண்புள்ளிகளோடு பெரியப்பாவின் நெஞ்சில் உதைத்து நடக்கும். அதன் காதில் ஒரு துண்டு இல்லாமலிருந்தது. ஒரு நாள் வழக்கமான கூக்குரல் தான். பெரியப்பா ஓய்ந்து சாய்மனைக்குள் வைரமொடுங்கி யிருந்தது. மணியை நாய் கொண்டு போனதிலிருந்து சதக்கத் தும்மா மன்சிலில் ஒரே கூச்சலும் குழப்பங்களும் அடிக்கடி வந்தன. சதக்கத்தும்மாவைக் கட்டிலில் கிடத்துவதையும் நௌபலின் தலையில் துணியைத் திணித்தபடி ஆட்டோவில் ஏற்றுவதையும் மணி, பெயர்த்த தகட்டுக் கதவோரம் துண்டு போன காதோடு பார்த்தபடி நின்றான்.

# பந்தல்

கிணற்றடியிலிருந்து துலா ஏறி ஏறி இறங்கும் வாளிச்சத்தம் தூரத்திலும் கேட்கும்படி அன்றைக்கு பாக்குமரங்கள் சலசலப்பின்றி திமிறி நின்றன. பழைய துலா மரத்தண்டின் மேல் சுற்றி நிற்கும் பெரிய வெற்றிலைகளை குளித்துத் தெறித்த தண்ணீர் துளிகள் ஒட்டி ஒட்டி தளும்பும் இலைகளின் ஆட்டம் ஆவர்த்தனமாயிருக்கும். எனது இறந்த சைக்கிள்களை அளவில் சிறியதிலிருந்து வரிசையாக உள் சுவரில் சாத்தி வைத்திருந்தேன். இறந்த வரிசையின் சைக்கிள் பெடல்லிலிருந்து மஞ்சளாய்த் தெறிக்கும் ஒளி பாக்குமரங்களின் உச்சி வரை பரவி அடிக்கும். கிணற்றடியில் கால் கழுவும் திட்டில் சீமெந்துக்கொழுப்போடு புதைக்கப்பட்ட மார்பிள் உருண்டைகள் வழுவழுப்பாயிருக்கும்.

வயல் சுரணை வீச்சமடிக்கும் இராவுநோக்கிணற்றடியில் எப்போதாவது நிலவு நாட்களில் உட்கார்ந்திருப்போம். என் தலையில் ஈர் குத்துகிற உம்மாவின் உச்சுக்கொட்டுதலுக்காக அந்தப் பாயில் ஓடிப்படுத்துக் கொள்வதுண்டு. வாப்பா ஆடை கழுவும் சவர்க்காரம் தான் போட்டுக் குளிப்பார். கிணற்றடியைச் சுற்றி மறைப்பாக கட்டப்பட்ட சுவர் மட்டுமட்டாக வாசலிலிருந்து வாப்பாவின் தலை தெரியும் உயரமிருக்கும். வாப்பாவின் சவர்க்கார டப்பாவும் மென்சிவப்பு நிற பல்-பொடியும் இருக்குமிடத்தில் சுவர் திரும்பி சைலா மாமியின் பொதுமதிலோடு சேருமிடத்தில்

ஒரு பழைய கதவு இருந்த அடையாளங்களோடு அந்த விசாலமான கிணற்றடி திறக்கும். அணில்கள் ஓடியதில் சுவரிலிருந்து விழுந்த சவர்க்கார டப்பாவிலிருக்கும் மண் ஒட்டிய சவர்க்காரத்தை மேனியில் தேய்ப்பதே ஒரு சுகமென்பார் வாப்பா.

“ஏன் மோ நம்முட கெணத்தடி மட்டும் வாசல்ல இரிக்கி”

“அது இந்த ஊடு கட்டக்கொள சைலா மாமிட பக்கத்து துண்டு நச்சுப் பூமியாமெண்டு அங்கால கெணறு வெக்கலயாம்..”

அதே பதிலை ஒவ்வொரு முறையும் உம்மாவின் மடி யிலிருந்து இதே வாசலில் கிடந்து கேட்டிருப்பேன். அன்றைக்கும் வாப்பா குளித்து சீக்கிரமே காவலுக்கு போயிருந்தார். வாப்பாவும் அவருடைய வாப்பாவும் வயல் செய்ததெல்லாம் அஞ்சாம் கட்டையில் தான். அங்கு யானைத்தொந்தரவோ மேய்ச்சல் மாடுகளோ இருப்பதுவும் இல்லை. மாலையெல்லாம் வாப்பா வீட்டுக்கு வந்து குளிக்கும் போது தண்ணீரில் சேறு மணக்கும். ஆனால் இரவுகளில் வயல் காவலென்று அவர் போனதே இல்லை. இப்போது கொஞ்ச நாளாக வாப்பா பள்ளிக்காவலுக்கு போகிறார்.

“பள்ளிக்கு என்ன மா காவல்..”

“பள்ளிக்கு இல்ல டா காவல், அப்பாக்குத் தான் காவல்..”

“யாரு அப்பா..”

***

பக்கத்திலிருக்கும் சந்தைப்பள்ளியில் அடக்கப்பட்டிருக்கும் அப்பா ஸ்கந்தர் வொலியுல்லாஹ்வுக்கு ஒரு மகிமையும் கண்ணியமும் இருக்கிறதென்பர். பள்ளி வளவில் தெற்கு முன்றலில் இலவம் மரங்கள் ஒன்றிரண்டுக்கு பின்னால் அப்பா அடக்கப்பட்டிருக்கும் இடத்தைக் கட்டி சீமெந்துத் தரையால் செப்பனிட்டு பச்சை நிறப்பந்தல்களும் சாம்பிராணி குத்தவென வைக்கப்பட்டிருக்கும் மண் நிரப்பிய பாத்திரமும்

அதில் எரிந்த மீதிக்குச்சிகளும் காணிக்கை உண்டியலுமென அப்பா வொலியுல்லாஹ் சியாரமென பச்சையுறுத்தும் வெளிச்ச நிறத்தில் எழுதப்பட்ட கூடம் தனியாகத்தெரியும். தாயத்துக்கட்ட, சுன்னத் வைக்க காணிக்கை போட, நேர்ச்சை வைக்கவென சியாரத்தை தரிசிக்க தினமும் பலரும் வருவதுண்டு. இலவம் காய் வெடிக்கும் பருவங்களில் பந்தலை மூடிய பஞ்சுகளின் மேல் மாம்பழக்குருவிகள் நடந்து குலாவும். மூலைகளில் மண்டியிருக்கும் பஞ்சு காற்றுக்கு சாம்புராணிப்புகையோடு சுருண்டு மேலே கிளம்புவது ஞானத்தின் ப்ரகிருதி போலவிருக்கும்.

எப்போதும் சியாரத்தடியில் இருப்பவர்களென்று சில பேரை ஊருக்கே தெரிந்திருந்தது. ஈனா காவென்னாவின் முகையது பாவா, பாக்குப்பொறுத்தாரின் ஹசன், லாபிர் வட்டானையென ஒரு கூட்டம் எந்த நேரமும் சியாரத்தை சுற்றியிருக்கும். சியாரத்தை தரிசிக்க வருகிறவர்களிடம் அப்பா வொலியுல்லாஹ்வின் வரலாறு முதற்கொண்டு வரிசையாக யாராவது ஒருவர் சொல்லுவர். அந்தப் பச்சை நிறப் பந்தல் சுற்றி வர அரைசுவரால் கட்டப்பட்டு பச்சை நிறப்பூச்சால் முலாம் போல பளபளப்பாக மினுக்கப் பட்டிருக்கும். அதில் ஒரு வெளிப்பக்கத்தில் பெரிய எழுத்துகளில் ‘அன்பளிப்பு, இ.கா முகையது பாவா’ என எழுதப்பட்டிருக்கும்.

ஈனா காவென்னா இல்லாமல் சந்தைப் பள்ளி கொடி யேற்றத்தை இந்த ஊரரால் நினைக்கவே முடியவில்லை. ஊர்கூடி கொடியேற்ற குழுவுக்கு முதலில் ஈனா காவென்னாவை நியமித்த பிறகு தான் மிகுதி வேலையென இந்த ஊரும் முகையது பாவாவும் அப்பா மௌலானாவும் பிணைந்திருக்கிறார்கள். இத்தனைக்கும் ஈனா காவென்னா சந்தைப் பள்ளி குடிமுறையானவர் கூட இல்லை. சூபி யென்பவன் ஆத்மஞானி போல எல்லா ஆன்மாக்களிலிருந்தும் அவனுக்கு எஞ்சுவதெல்லாம் குப்பைதானே. இந்த பாரம்பரிய வழிமுறையிலிருந்தும் ஈனா காவென்னா தன்னை தூரவைத்துக் கொண்டு ஷெய்குமார்கள் என்கிற ஞானிகளே பற்றற்ற வாழ்நெறியின் எல்லையில் உட்கார்ந்திருக்கும் போது நாம்

மாத்திரம் என்ன குடிமுறையில் சீரழிவதென்று சொல்லிக் கொள்வார். கொடியேற்ற இறுதி நாட்களில் இஸ்லாமியரல்லாத ஏதிலிகளுக்கென்று தனியாக அன்னதானத்தைப் பிரித்து வைப்பார். அடிபட்டுத் துடிக்கிற நாய்களைத் தூக்கி கட்டுப்போட்டு குழந்தையின் மிருதுவோடு தடவிக்கொடுப்பார். சியாரப்பந்தலின் தூண்களோடு ஏறி வளர்ந்த மல்லிகைக் கொடிக்கு சாம்புராணி குச்சிகளோடு வருகிற பிளாத்திக்கு உறையை இழுத்து ஞெகிழியாக்கி தூணோடு சரிவர இறுக்கிக் கட்டி வைப்பார். பந்தல் அரைச்சுவரில் மண்டும் குருவி எச்சிலைக் கழுவ வாளி மொண்டு தண்ணீர் அள்ள அடுத்த தெருவரை தினமும் நடப்பார். ஷெய்குமார்களுக்கு ஊழியம் செய்வது இறைவனுக்குத் தம்மை நெருக்கமாக்குமென்பார். இறைவனின் ஒளியென்பது இந்தப் பிரபஞ்சத்தின் தரிசனமென எங்கிலும் இறைவனைத் தேடியலைவார்.

***

எங்கள் வீட்டில் வடக்கு மூலையறை ஆலவூடாக கிட்டத்தட்ட மாறிவிட்டிருந்தது. ஆலவூடு என்பது களஞ்சிய அறை போல நெல்மூடைகள், அரிசி குவித்து மூடிய பெரிய அண்டா, சுவரில் தொங்கிய படி சாத்தியிருக்கும் நெல் அவிக்கும் பெரிய சட்டி, பண் பாய் அடுக்கும் றாக்கை, பனையோலைச் சுளகு, வெண்கலப் படிக்கம், மண்பீங்கான் மேலே எஞ்சிக் கிடக்கும் எலி எச்சங்களுக்கிடையில் அரிசிமா, மிளகாய்த்தூள் வைக்கிற வாளிகள், அதற்கு நடுவே பழைய கெரியலென எங்கூரின் தனித்துவ அமைப்போடு எங்கள் வீட்டிலும் பாவனையிலிருந்தது. வாப்பா குளித்து வருவதற்குள் ஒரு எலியை அடித்து விடும்படி உம்மா சொன்னதில் தடியோடு உள்ளே ஆராய்ச்சியில் இறங்கினேன். இந்தச் சுண்டெலிகளின் வாழ்வே புதுமையானதும் எதையாவது அறுத்துக் கொண்டே இருக்கிறதும் தான் போல. பழைய இறப்பர் செருப்புத் துண்டு, கொஞ்சம் மிகுதியிருக்கிற பருப்பு பாக்கெட்டின் அடிப்பாகம், பத்திரிகைச் சீவல்களென குவித்து வைத்திருந்தன. இதை விடவும் உம்மா எலிப்பொறியில் வாசத்திற்காக வைத்திருந்த சுடப்பட்ட தேங்காய்த்துண்டையும் எடுத்து வந்து பாய் றாக்கையின் கீழே வைத்திருந்தன.

ஆலவூட்டின் ஜன்னலுக்குக் கிட்டியதாக வாப்பா குளிக்கிற நீர்ச்சத்தத்தின் மீது கூர்மையாகவிருந்தேன். ஒரு இசைச்சந்தம் போல துலா ஏறுகிற உலோகச்சத்தம் பின்னர் வாளி புதையும் குறுஞ்சத்தமாக மாறி பின்னர் வாப்பாவின் மேனியில் வழிந்தோடும் தாரையாக ஊற்றிக் கொண்டிருந்தது. சிறிது நேரம் வரை சப்தமிருக்கவில்லை. இது வாப்பா சவர்க்காரமிடும் நேரம் என்கிற உத்தேசம் வந்தவுடன் வேகமாக எலி வேட்டையை முடுக்கியிருந்தேன். பழைய வாளிகள், கழட்டி வைத்திருந்த அலுமாரி லாச்சுகளென தேடிக் கொண்டிருந்த போது வாப்பாவின் பழைய புகைப்படமொன்று சிக்கியது. எலியறுத்த பகுதிகள் தாண்டி வாப்பாவின் பழைய இளம் முகம் துடித்தபடியிருந்தது.

“இப்ப மாதிரி இல்லடா, ஈனா காவென்னா முன்ன எல்லாம் கணகாட்டுக்காரன்..”

கையிலிருந்த புகைப்படத்தில் குழப்படிக்காரனுக்குமுரிய எந்த அடையாளங்களுமில்லை. கீழே விரிந்த கால்சராய், பாதி பொத்தான்கள் திறந்து நெஞ்சு மயிரிடையில் பள பளக்கும் தேகம், சுருண்டு கருகருவென நீளமாக அழுத்தி வாரப்பட்ட முடி, தங்கமுலாம் கைக்கடிகாரமென இளவட்ட ஈனா காவென்னாவுக்கு அப்படி ஒரு ஜாகை.

துலா சர்ரென கீழிறங்கித் தொம்மென்று வாளி புதையும் சத்தம் கேட்டதும் திடுக்கிட்டு தடியை விட்டுவிட்டு கிணற்றடிக்கு ஓடினேன். சுவரைத்தாண்டி வாப்பா நடுங்கிய படி நின்றிருந்தார். தூரத்தே பெருஞ்சப்தமாக வந்த அந்தப் பேச்சு ஒரு விசம் போல காதுகளைக் கொன்றது. உம்மா துண்டைக் கொடுத்து வாப்பாவை மண்டபத்திற்கு கூட்டிப் போகவும் நெஞ்சுப்பதறலடங்கி அந்த பேச்சு தெளிவாக கேட்டது. ஊர் முழுவதும் புதிய இசுலாமிய சீர்திருத்த சுவரொட்டிகள் ஒட்டப்பட்டிருந்தன. சூபித்துவ கொள்கை களை விமர்சித்தும் மூடநம்பிக்கை, வழிகேடென்ற பேரில் சமூகமே இருளில் இருப்பதாக பிரச்சாரங்கள் முடுக்கிவிடப் பட்டிருந்தன. சியாரத்தை தரிசித்தல், ஆன்மீக ஞானிகளை வழிகாட்டிகளாக ஏற்றல், அவர்களிடம் சிபாரிசுக்கு போதல் என்பன மிகக் கடும்போக்கோடு விமர்சிக்கப்பட்டன. இந்தப்

பின்னணியில் முஸ்லிம் கிராமங்களிலிருந்த சில சியாரங்கள் உடைக்கப்பட்டிருந்தன. இந்தப் புதிய கிளர்ச்சி அக்கரைப் பற்றிலும் பரவி ஆங்காங்கே கூம்பு ஒலிபெருக்கிகள் இரைந்து கிடந்தன. புதிய சீர்திருத்தவாதிகளிடமிருந்த தர்க்க ரீதியான உரையாடல் மக்களைப் பலவகையிலும் கவராமலில்லை.

“அல்லாஹ்க்கு எதுக்கு டா புரோக்கர், உனக்கு ஏதும் கொறயெண்டா அல்லாஹ்க்கிட்ட கேளேன் டப்பா...”

வாப்பா சாவகாசமானதும் அவருக்கு பிடித்த மாம் பாஞ்சான் கீரை வதக்கி உழுவை மீன் சதையோடு கிண்டி சுடுசோற்றோடு தின்னக்குடுத்து இருவரும் பக்கத்திலேயே இருந்தோம். அந்தக் கனவு வந்த நாளிலிருந்து வாப்பா இப்படித்தான் உறைந்து நிற்பதாக உம்மா முணுமுணுத்துக் கொண்டாள். வாப்பா நடுநடுங்கி அந்தக் கனவைச் சொன்ன போது இது போன்றதொரு நடுக்கம் எனக்கும் பரவாமலில்லை. பச்சையாக புகைபோலக் கிளம்பும் இலவம் பஞ்சுகள் முகில் போலத்திரண்டு சியாரத்தை மூடுவது போல ஒரு அசரீரி திரும்பத் திரும்ப ஒலிப்பதாக வாப்பா சொல்லியிருந்தார். அந்தக் கனவின் திடுக்கத்திலிருந்து அவரை வெளியே வர முடியாமல் அந்த அசரீரி அவரைத் தடுத்திருக்க வேண்டும்.

“முகையதே...”

“விளக்கு அணைந்தாலும் ஒளி நூராது..”

வாப்பா நிதானமாகவே சாப்பிட்டு முடித்திருந்தார். அவர் காவலுக்கு கிளம்பியதும் எலி வேட்டையை தொடரவேண்டு மென்றிருந்தது. எங்கள் தெருவில் அடுக்கடுக்காக சைக்கிள்கள் நுழைந்ததில் ஆட்கள் கூட்டமாக ஓடுவதைப் போல காலடி நெருக்கி திண்ணை மேசை வரை அதிர்ந்ததும் எட்டிப் பார்த்தேன்.

“காக்கோவ், காவலுக்கு போகல்லியா..”

அறைந்த கூவலில் அது வட்டானை லாபிரென்று தெரிந்திருந்தது. தெருவில் கூடி நிற்கும் ஆட்களை விலத்தி வேக்மாக ஓடியதும் பள்ளி மூலையில் புகை, இம்முறை

சாம்பலாகக் கவ்விக்கிடந்தது. இலவம் மரத்து உச்சிகளில் இன்னும் கூம்பு ஒலிபெருக்கிகளின் விசம் பிரகாசமாய் பஞ்சுக்காயில் நெருப்பாக மின்னி அணைந்தது. பந்தலைப் பெயர்த்து நெருப்பு வைத்திருந்தனர். அரைச்சுவர் இடிந்து பிய்ந்த செருப்புகள் மல்லாந்து கிடந்தன. சியாரத்திட்டு தகர்க்கப்பட்டு அப்பா உறங்கிய இடத்தில் மடுவாகத் தோண்டியதில் தண்ணீர் ஊற ஆரம்பித்திருந்தது. அறுந்த செருப்புகளின் நடுவே ஊற்றிய ரத்தக்குழியை ஈக்கள் ஏற்கனவே மொய்க்கத்துவங்கின. நச்சுப்பூமியிலிருந்து நல்ல துண்டைக் களவாடிய நாளின் அமளிதுமளி வெக்கையான எரிசுடலையின் அருகாமை போலவிருந்தது.

“உம்மாவத் திம்பயாள், கருமம் தாண்டா புடிக்கும்..”

யாரோ ஒரு உம்மா அழுவது போல இன்னும் அழுகுரல்கள் சந்தடிகளாக பின்னாலிருந்து கிளம்பின. மாம்பழக்குருவிகள் எரிந்து, மல்லிகைக் கொடி நைந்து வழக்கமான காற்று இல்லாமல் குப்பென்றிருந்ததில் வியர்த்த ஒழுக்கு கண்ணில் எரியத்துவங்கியதும் வாப்பாவைத் தேடினேன். மிகுதி யாகவிருந்த பள்ளி வெளிச்சுவரோடு அணைத்திருந்த பச்சை அரைச்சுவர்த்துண்டோடு சாய்ந்திருந்தார். கனவுத் திடுக்கத்தி லிருக்கும் அதே ஈனா காவென்னா இன்னும் மீளாமலே இருந்தார்.

***

பெர்லினில் அல்டர்சொஃபில் இப்போது கோடை காலமென்பதால் பெல்கனியில் வருகிற புறாக்களுக்குத் தீனி வைக்கிற மூடிகளை கழுவி மாற்றத்துவங்கியிருந்தேன். பக்கத்திலிருக்கும் ப்ரைதொஃப் அல்டர்சொஃப் மயானத்தில் இறுதிக் கிரியைகளுக்காக வந்திருந்தவர்களில் சிறுமியொருத்தி யின் சேட்டைகளை இங்கிருந்தபடியே ரசித்துக்கொண்டே தீவன மூடிகளை நிரப்பினேன். குறும்பான அவள் சலனம் மட்டும் வித்தியாசமாக பொருந்தாத அழகுமையில் மயானத்தை நீந்திக் கிடந்தது. வருடங்களாக ஜேர்மனில் இலவம் மரங்களைத் தேடி நாலு சேர்த்தியாக உள்ள இடத்தில் வாடகைப் பந்தலொன்றைப் போட்டு சாம்புராணி

பத்தியோடு அப்படியே குந்தியிருக்கலாம்போலத் தோன்றுவ துண்டு. சிலபோது அப்படியே சில்லென்று மூடும் மல்லிகைப் பந்தலும் எண்ணெய் விளக்குத்திரி எரியும் சீலை நெடியுமென மூக்கை சுணைக்கலாம் என்றிருக்கும். எனக்குள் கிணற்றடியும் துலாவும் அப்படியே இருந்துவிட்ட வாப்பாவும் குடும்பமு மென பல மாதங்கள் எப்படியோ பெருத்து முற்றிய கசப்பு வெற்றிலைக்கொடி மீது மழை கொட்டுவதாய் ஏறியிறங்கிக் கொண்டிருந்தன.

வாப்பாவுக்கு அழைக்கலாமென்று எடுத்த நொடிகளில் அழைப்பில் மறுபக்கம் வாப்பா தயாராகவிருப்பது போல திரைக்கு வந்தார். கலைந்த பழுத்த முடி, உப்பிய கீழிமைகள், தொய்ந்த சட்டைப் பாக்கெட்டுகளில் ஒரு வெற்றிலைக்கட்டென வாப்பா உட்கார்ந்திருந்தார். சியாரமிருந்த இடத்தில் ஒரு அடையாளமாக கொங்கிறீட்டு தரைபோல அடையாளமிடப் பட்ட திண்ணையிலிருந்தே பேசினார். வழக்கமான விசாரிப்புகளின் நடுவே ஒன்றைக் கவனித்தேன். கொங்கிறீட்டு திண்ணை நடுவில் ஒரு இறப்பர் சீற்றுப் போல பளபளப்பாக ஏதோ மூடப்பட்டிருந்தது கண்ணை கூசியதும் அவரிடமே கேட்டேன்.

“இப்ப ஏப்ரல் மாசம், சரியான வெயில்..”

“அப்பாக்கு ஒரு பந்தல கட்டுங்கடா எண்டு இந்த பள்ளிக்காறனுகளுக்கிட்ட செல்லிச் செல்லி வாய் நோகுது மன..”

“ஒரு மூனு லெட்சம் அனுப்பன், பந்தல நாம போடுவோம்..”

சரியென்று அழைப்பை துண்டித்திருந்தேன். வாப்பா இயல்பாகவே இல்லை. அப்பாவின் முகையதுவுக்கு ஒளியின் வீச்சம் தெரிகிறது. அது யாருக்கும் தொந்தரவில்லாத தரிசன மெனப் புரிந்தது. பெல்கனியிலிருந்து உள்ளே வந்ததும் காத் திருந்த புறாக்கள் மூடித்தீவனத்துக்காகப் படபடத்தன.

# ஊர்வனவரசனின் காலன்

“ஹோய்...”

“ஊஊஊய், ஊமையன்...!”

“வெடில்.. வெடில் இருக்கா?”

பாறி வீழ்ந்த வேர்முடிச்சிலிருந்து காளான் முட்டம் போல அவன் எழுந்து வந்தான். முன்னரும் குளக்கரையில் கொம்பரிலிருந்து விழும் கொக்கு இறக்கைகள் தலைமுடியில் சிக்கி நிணம் கலையா கண்களோடு வந்து நின்றிருப்பான். அவன் அழுக்கோ அலங்கோலமோ அதை விட அவன் திருத்தமில்லாத ஊளை போன்ற ஊமைக் கதறலோ திருடித் தின்ற தென்னங் கோம்பைகளையோ ஆமை கடித்த வெள்ளரிப் பழம் மேல் அவன் கழித்த மூத்திர வாசனையோ அவனுக்கான அடையாளமாய் தோட்டத்தில் அவன் ஓரிரு நாட்களுக்கு முன்னர் தங்கியிருந்த சாட்சியாயிருந்தன. பெரிய தென்னை மரங்களைச் சுற்றி சரிவர தோண்டப்பட்ட பாத்திகள் மீது கவிழ்க்கப்பட்ட தென்னம் மட்டைகளின் ஊறிய வாசமும் பக்கத்து வீடுகளில் அப்பம் அவிக்கும் வாசமும் நெருடி நாசியைக் கரித்தன. குளத்திலிருந்து இரவில் கரையொதுங்கும் முதலைகள் குடில் வாசலை அண்டாது தங்கூசி நூலை குறுக்கு மறுக்காக வேய்ந்து வைத்திருந்தான். களப்பிலிருந்து குளத்துக்கு பெரிய குழாய் வழியாக வரும் முதலைகள் கரையேறி வாய்திறந்து படுத்திருக்கும் குளக்கரைத்

தோட்டங்களில் முதலைகளை விரட்ட ஆங்காங்கே கொழுத்திப் போடப்படும் பட்டாசுச் சத்தங்களுக்கு நாய்கள் விரண்டோடுவது வழக்கமாயிருந்தது. இந்த பட்டாசுக் கலாசாரத்தை ஊமையன் தான் துவங்கியிருந்தான். அவன் வேலைக்கு சேர்ந்த சில நாட்களில் பட்டாசுக்கட்டுக்காய் முதலைகள் பயந்து குளத்துக்குப் பாயும் பெருஞ்சத்தம் அக்கம் பக்கத்தில் இருந்தவர்களை ஆர்வமாக்கியிருந்தது. பதினாறு பதினெட்டடி இராட்சத முதலைகள் ஊரின் நடுவே உள்ள மருதவெட்டுவான் குளக்கரையில் விரட்டப்படுகிற பட்டாசுச் சத்தங்களுக்கு நாய்களைத் தவிர மற்ற எல்லாம் இப்போ தெல்லாம் அசூயையுற்றிருந்தன. குளிர் ரத்த முதலை முட்டைகள் வெடிப்பதைப்போல ஊமையனின் பட்டாசுகள் குடிசையிலிருந்து திரிப்புகையோடு ஏறி வந்து முதலையின் பக்கத்தில் டும் என்று வெடிக்கும். இரவில் எந்த இருட்டில் அவை கரையேறினாலும் ஊமையனின் கண்ணிலிருந்து தப்பாது. ஊர்வனவரசனின் காலன் இரவிலேயே அக்கம் பக்கத்திற்கு அருகாமையில் இருந்தான். தேங்காய் திருடி விற்கிற காசில் வாங்கிய பட்டாசுகளை வேலிக்கு மேலால் இனாமாக கொடுப்பதில் அவனுக்கொரு சந்தோசம். அப்போதும் அவன் கைகளிலிருந்து தூர இருந்து பட்டாசைப். பிடுங்கியெடுப்பர். அவன் அலங்கோலமும் தூரத்தே வரும் துர்நாற்றமும் அவனைத் தள்ளிவிட்டிருந்தன. அவனுக்கு குடும்பமென்று இருந்ததில்லை. மாதம் இருநாட்கள் குளித்து சுத்தமாகி பெரிய சேட்டு, காற்சட்டை செருப்போடு ஊருக்கு கிளம்பிவிடுவான். கையில் ஒரு மட்டை போல இருக்கும் பையை யார் கேட்டாலும் அவன் கொடுப்பதில்லை. மீறிப் பிடுங்கினாலோ முதலை வால் போல திமிரிவிடுவான்.

கிளம்பும் போது எந்த ஊரென்று கேட்டால் ஒவ்வொரு முறையும் ஒவ்வொரு ஊர் எழுதி வரும். ஏறாவூரென்பான். புன்னாலைக் கட்டுவான், அக்குரஸ்ஸ, தொடங்கமவென்று புதிது புதிதாகக் காட்டுவான். எங்கே போகிறானென ஊகிக்கவே முடியாதபடி குறுக்குப்பாதைகளைத் தேர்ந் தெடுப்பான். வழக்கமான பேரூந்துத் தரிப்பிடத்தில் ஏற மாட்டான். சலீம் மாஸ்டரின் தோட்டத்துக்காரன் என்பதைத் தவிர வேறு தகவல்கள் யாருக்குமே தெரிந்திருக்க

வில்லை. சலீம் மாஸ்டர் தோட்டத்துக்கு வரும் நாட்களில் தோட்டத்தைத் துப்பரவாக்கி விடுதி போல கட்டப்பட்ட கூடத்தைக் கழுவி கதிரைகளைத் துடைத்துப் போடுவான். ஓங்கி வளர்ந்த மரக்கிளைகளைக் கத்தரித்து விடுவான். முழு வெள்ளரிப் பழங்களை கவனமாகத் தட்டில் கழுவி கொட்டை துப்பக் கோப்பையோடு கூடத்தின் விறாந்தையில் வைத்து விடுவான். மாஸ்டர் கறாரானவர் என்பதால் அவர் எண்ணி வைக்கும் தென்னங்குலைகளை அவன் திருடுவ தில்லை. குளப்பக்கமாக ஒரு தென்னை சாய்ந்திருந்தது. தானாக முளைத்து வளர்ந்த அந்த மரத்திலிருந்து சிறிய தேங்காய்களை அவன் திருடி விற்பான். இது மாஸ்டருக்கும் தெரிந்திருந்தும் தோட்டத்தில் தேங்காய்களைவிட பெரிய ஆதாயம் அவருக்கு தோட்டத்திலிருக்க வேண்டும்.

***

"கொஞ்ச நாளா அவிய தள்ளித் தள்ளி தான் இரிக்காங்க.."

அக்கம் பக்கத்தில் பேச்சு பரவியிருந்ததை புரிந்து கொண்ட சௌதாவுக்கு அதை எப்படி எதிர்கொள்வது என்கிற குழப்பத்தோடு காயப் போட்ட ஆடைகளிலிருந்து கிளிப்புகளை கழட்டி கோப்பையில் போட வேண்டியிருந்தது. இரவின் கொலுவிலிருந்து பொம்மைகளாய் தலையாட்டிய மரங்களின் மேல் துண்டு துண்டாக சந்திரள் கிழிந்து கிடந்த குளுமை காற்றிலும் ஊறி மூக்குத்துவாரங்களைக் கூசியது. வீட்டில் வளர்க்கிற கடுவன் பூனை எதையோ தின்று கடப்படியில் வாந்தியெடுத்து விட்டிருந்ததில் அந்த நாற்றம் குமட்டி எடுத்தது. விறாந்தை கடப்படியைக் கழுவி பூனை தின்னுகிற பழைய பீங்கானை குசினிப்பக்க வெளிப்படியில் வைத்து விட்டு நிமிர்ந்தாள். அவளைச் சுற்றி குரல்கள் நீளமாக ஆண் ஒலியிலும் குட்டையாக பெண்ணொலியிலும் கவனமாக அசரீரித்தன. ஒரு ஒலிப்பதிவு நாடாவைப் போல அந்தக் கூச்சல் சத்தம் ஏறிக்கொண்டே தலையைக்குடைந்து மூக்கைத் தள்ளுவது போலிருந்தது. அவர்களுக்கு பிள்ளை இல்லை. இருக்கிற சொத்து போதாதென்று மாஸ்டருக்கு பிடித்திருக்கிற காசுப்பேய் அடங்குமென்ற நம்பிக்கை அறவே

நீர்த்து பூனை விழுங்கிய மீன் சதை போலச்செரித்து விட்டிருந்தது. இந்த வியாபாரம் வேண்டாம், இந்த ஆபத்து வேண்டாமென்ற பெண் குட்டையொலிகளை ஏறி வந்த ஆண் நீளவொலிகள் எகத்தாளமாக ஏப்பமிட்டு முன்னேறின. அச்சம் அவள் கழுத்துக்கு நேரே தேங்காய் உரிக்கிற உளியைப் போல பளபளத்துக்கிடந்தது. இப்படித் தான் முன்னரும் மானியத்தில் வந்த அரசாங்க உரத்தை மொத்தமாக பதுக்கி வைத்திருந்த போது அவள் அச்சத்திலிருந்தாள். பிச்சைக்காரி கதவைத் தட்டினால் கூட திடுக்கிட்டுப் பதறியெழுந்தாள். யாருக்காக சேர்க்கிறோம், எதற்காக குவிக்கிறோம் என்று கேள்விகள் கேவலைப்போல கோழிக்கூவலாய் அவளை நெருக்கின. மாஸ்டர் கண் விழித்தபடி படுத்திருந்தார். நாளைக்கு விடியும் போதே அவர் புறப்பட்டாகவேண்டி ஆடைகளை ஸ்திரீ பண்ணி கொழுவிவிட்டாள். கதவுகளைச் சாத்தி பின் கதவருகே பூனைப் பீங்கானில் மீன் குழம்போடு பிசைந்த சோற்று உருண்டைகளை வைத்திருந்தான். பொல்லாத கடுவன் தின்றாலும் திருடித் தான் தின்னும், சலீம் மாஸ்டரின் பூனையாச்சே என்பாள். பெரும்பாலும் அந்த உருண்டைகள் காலைவரை தின்னப்படாமல் எறும்பேறியிருக்கும்.

“இஞ்சே..”

“ம்ம்ம்..”

“நமக்கு எதுக்கு மணி இந்த தொழில்..”

“விட்டிட்டு இருக்கிறதோட இருப்பமே..”

“ஆரும் புடிக்காட்டியும் அல்லாஹ் பிடிச்சிருவானே மணி..”

அவள் கெஞ்சியிருந்தாள். ஒரு குழந்தை போல கருவிலிருத் தாது கலைந்து ரத்தமாகிப்போன எல்லாக் குழந்தமையும் சேர்ந்த பெண் ஒலியில் குறுகலாக வேண்டினாள்.

“நான் செல்லியிருக்கேன், எண்ட விசயத்தில தல போடாத..”

“பேசாம படு.”

ஆண் நீளவொலி ஏறி மிதித்ததில் குழந்தமையோடு பெண் குட்டையொலி மெதுமெதுவாக பெண் நீள மௌனமாகியதில் அவள் அசந்திருந்தாள். தூக்கம் அவளைக் கட்டி ஒலிநாடாத் தொந்தரவிலிருந்து முதலை போல அமைதிக்குள் தள்ளி மூழ்க விட்டிருந்தது.

***

முதலையின் வாலைப் பக்கவாட்டில் இழுத்து முன்னங் கால்களோடு முதுகின் மேல் கட்டி மல்லாக்கப் போட்டிருந் தான். வாயை அகட்டி குச்சியை அடைவைத்து பெரிய முதலைப் பற்களைத் தொட்டுக்காட்டினான். பிள்ளைகள் காலையிலேயே வந்திருந்தனர். கையில் தூண்டில்களோடு குளக்கரை தென்னை மரங்களில் வார இறுதியில் சாய்ந்தபடி நின்றிருப்பர். அவ்வப்போது அவர்கள் பாவனையாக தூக்கிவிடும் தூண்டில் கம்புகளில் மீன்களோ இரையோ இருப்பதுமில்லை. மருதவட்டுவான் குளத்தை சில மாதங்கள் ஆற்றுவாழை முற்றாக மூடியிருக்கும். ஆற்றுவாழை காற்றுப் பைக்கு நடுவே மீன்கள் துள்ளும் சிறிய நீர்வட்டங்கள் தவிர குளம் முழுதாய் ஆற்றுவாழை ஊதாப்பூவின் தம்பங்களாய் வடிந்து கிடக்கும். பெருகிய ஆற்றுவாழை நார்கள் அவிந்த மணத்திற்கு பூச்சிகள் கொதித்துப் பரவும். இந்தக் காலங்களில் குளக்கரைத் தோட்டங்களில் தோணிகள் குப்புறக்கிடக்கும். தூண்டிலோ வலையோ போடமுடியாது. மாஸ்டரோ ஊமையனின் உதவியோடு அவரின் தோட்டத்தை அண்டிய குளப்பகுதியில் முன்னர் வரண்ட காலங்களில் நட்டிவைத்த மரக்கால்கள் வரை ஆற்றுவாழைகளை சுத்தம் செய்து வைத்திருந்தார். பாவனைத்தூண்டிலார்கள் கம்புகளோடு நின்றால் யாருக்கும் சந்தேகம் வராதென்பது மாஸ்டரின் திட்டம். பொட்டலங்களாக கண்ணாடிப்பளிங்கு போல சலவைக் கல்லு போலவிருந்த போதைப் பொருள் பிரபலமாகியிருந்ததில் சலீம் மாஸ்டரும் அந்த வியாபாரத்தில் பெரும் பகுதியை விற்கிற முக்கிய கையாக மாறியிருந்தார். அந்தப் பெரும் பகுதியை எங்கோ யார்யாரிடமோ இருந்து

பொட்டலங்களாகத் தருவிப்பார். அவற்றை நொடிப்பொழுதில் கைமாற்ற தரகர்கள் ஊரெங்கிலுமிருந்தனர். இந்தப் பரிமாற்றம் மிகுந்த பாதுகாப்போடு பலமணிநேர கண்காணிப்பிலிருந்து சரியான நேரம் வரும் வரை காத்திருந்து தக்க சமயத்தில் 'சாமான்' கைமாறுவதாக வலையமைப்பு இருந்தது. அதற்குரிய கேந்திரக்கொட்டகையாக முதலைத்தோட்டமிருந்தது. சில பொட்டலங்களை மாஸ்டரும் விற்பதுண்டு. பிள்ளைகளுக்கு இரண்டு தேர்வுகளைக் கொடுப்பார் மாஸ்டர். பணத்திற்கு பொட்டலங்களை வாங்க முடியும் அல்லது பொட்டலங் களுக்காக இன்பத்தை கொடுக்கமுடியும். இன்பமென்பது ஒரே இனத்திலிருந்து ஒரே பாலிலிருந்து வெடிக்கும் ஆற்றுவாழை காற்றுப்பை போல நொடிநேர இன்பமாயிருக்கும். கூடத்தின் தங்குமறையில் யாரோ ஒருவரைத் திருப்திப் படுத்துகிற கூவலாயிருக்கும். முதலை எச்சங்களைத் தின்ன கரைக்கு ஊர்ந்து வரும் விரால் மீனைப் போல பிள்ளைகள் பெருகி சில நாட்களிலே முதலைத்தோட்டப் பக்கம் ஊர்ந்து வந்தனர். பொட்டல இன்பம் அல்லது இன்பத்துப் பொட்டலம் என இவற்றைப் பற்றி எந்தக் கவலையுமில்லாது முதலையைக் கட்டி வைத்திருந்தான் ஊமையன். காலனின் பராக்கிரமம் அந்தக் காலைப்பொழுதில் கொய்யா மரத்தினடியில் மல்லாந்து கிடந்த முதலை வயிறு போல சுட்டது. குழுமியிருந்த பிள்ளைகள் ஏதோ சமிக்ஞை போல பள்ளி மணி ஓசைக்கு விரைவது போல குளத்துக்கரை தென்னம் மரங்களுக்கு இரண்டிரண்டாக பாவனைத் தூண்டிலுக்கு விரைந்தனர். பெரிய கதவு திறந்ததும் மாஸ்டர் வந்திருந்தார். கதவைத் திறந்த ஊமையனின் துர்நாற்ற மிகுதியால் விலகி ஒதுங்கினார்.

"பண்டி.. குளியேன் டா..!"

குமட்டியபடி எல்லாவற்றையும் சரிபார்த்தபடி கூடத்தில் விறாந்தையிலிருந்த சாய்மனையில் உட்கார்ந்து கொண்டார். சிறிய கைப்பேசிகளோடு தெருவிலிருந்து சைக்கிள்களில் சிறிய கதவுப்புறமாக ஒவ்வொருவராக கண்காணிப்பிலிருந்து திரும்பியிருந்தனர். கூடத்து பின்புறம் கொசுவலை மூடியிருந்த கிணற்றின் மேல் குவிந்திருந்த இலைச்சருகுகளை ஊமையன்

அள்ளிக் கொண்டிருந்தான். அவர்கள் எல்லோரும் ஒரு சமயத்துக்காக காத்திருந்தனர். வழக்கத்தை விட இன்று அதிகளவு சாமான் வரவிருப்பதை அவர்கள் அறிந்து வைத்திருந்தனர்.

***

இறுகிக்கிடந்த அந்தத் துண்டு சன்னலை கஷ்டப்பட்டு திறந்துவிட வழக்கமான காற்று என்றில்லாது புதிய சன்னலிலிருந்து சிலிர்த்தபடி தொட்டது. சன்னலின் வெளிப்புறச் சுவரின் கிடையான இடைவெளியில் புழுதி அண்டியிருந்த இடத்தில் கைவிரல்களைத் தொட்டாள். நீண்ட முட்டைக்குழிகள் போல புழுதி அழிந்து சுவர்ப்பூச்சு மஞ்சளாய் வெளியே வந்தது. ஆயிரம் குடும்பங்களின் சாபத்தை இப்படித்தான் பணமூட்டைகளோடு கட்டி இருந்த நம்பிக்கையை அழித்து மாஸ்டர் வீடு வரப்போகிறார். எந்த முகத்தில் எந்த மனதை அவரிடம் பறிகொடுத்தாளோ அந்த முகம் சோபையிழந்து படோடோபமாய் இறுகிக் கிடக்கிற இந்நாட்களை வெறுத்தாள்.

“நீ இன்னா பாத்துக்கு இரிக்காயே..”

“ஆக்கள் என்னெயெல்லாம் கதக்காங்க. மனிசன் ட மனம் பத்தி அழியப் போறியா..”

அவளது உம்மாவின் இந்தக் கேள்விகள் ஒரு பெரிய அணிலைத் துரத்துகிற கடுவன் பூனையைப் போல அவளை பீதிக்குள்ளாக்கின. குழிவாடி விம்பம் போல செளதாவின் முகம் கோரமாகுவதாய் அவளுக்கு வியர்த்து வடிய மறுபடியும் சிரமப்பட்டு அதே சன்னலை மூடுகிறாள். வழக்க மான திறக்கப் படாத சன்னலென்ற படியால் திடீரென மூண்ட இருள் அவளுக்கு வாடிக்கையானதொன்றாக இருந்தபோதிலும் ஏதோ மூலையிலிருந்து அறையின் ஒளியை முதலையைப் போல விழுங்குவதாக உணர்ந்தாள். மூச்சின் வேகம் கூட மூடு சீலைக்கு மேலே முலை தள்ளிவந்ததை கவனியாது ஒரு தைரியத்தை வரவழைத்து ஆடைகளை மாற்றினாள் செளதா. எப்படியாவது கூத்தாடி அவரை

கையோடு கூட்டிவருவது என்று முடிவெடுத்து ஆலாய் பறந்தாள். சாபத்தோடு வாழுவதை விடவும் அவர் கண் முன்னே குளத்தில் பாய்ந்து முதலை வயிற்றில் கற்களோடு செரிமானமாகலாமென்றிருந்தது. வழக்கமான ஆட்டோக் காரருக்காக தெருவில் காத்திருந்தாள். பதினைந்து நிமிடம் தான் தோட்டத்திற்கு. கொஞ்சம் நேரம் முதலே எழும்பி விட்டிருந்த பூனை அவள் கால்களை மறித்து போகவிடாமல் தடுத்தது.

***

நேரமாகியும் எதுவுமே நடக்காததில் தரகர்கள் சற்று ஏமாற்றமடைந்தனர். வெயில் ஏறிவிட்ட மயக்கத்தில் ஆங்காங்கே குளத்திலிருந்த நீர் வட்டங்களில் மீன்கள் எழும்பும் துள்ளலுக்கு வெள்ளிப் பாளம் எழும்பியது போல் இருந்தது. உயர்ந்த தென்னை மரங்களின் நிழல்கள் உல்லாச விடுதியின் குடை மேசைகள் போல பரவிக் கிடந்தன. ஊமையன் மண்வெட்டி பிடியை இறுக்கவென ஆணிகளை அண்ட வைக்கிற சத்தம் தவிர வேறு சப்தங்கள் இல்லை. கட்டப்பட்டு மல்லாந்து கிடந்த முதலை ஏறத்தாழ வரண்டு அசைவற்றுக் கிடந்தது. செத்திருக்குமென்றே பலர் நினைத் திருந்தனர். ஆற்றுவாழைகளின் ஊதாப்பூக்களின் மேல் தாழப்பறந்த ஊர்க்குருவிகளை தவளைகள் பாய்ந்து பாய்ந்து விரட்டுவது அந்தக் கதகதப்பிலும் வேடிக்கையாயிருந்தது. எல்லோரும் ஏதோ ஒரு சமிக்ஞை கிடைத்ததைப் போல தயாராக தெருவுக்கு ஒரு வாகனம் வந்திருந்தது. நிச்சயமாக அது ஆட்டோவல்ல. கிடைக்கவிருக்கிற கோடிக்கணக்கான பெறுமதியான பொருளை ஒரு மீன் விக்கிற ஐஸ் பெட்டியில் ஒருவர் கொண்டு வந்ததும் சிறிய கதவும் மூடப்பட்டது. தோட்டத்தின் நான்கு மூலைகளிலும் கண்காணிப்போடு ஆட்கள் பதுங்கியிருந்தனர். பெட்டியிலிருந்து கறுப்பு பொட்டலங்களை வெளியில் இறக்கும் பாவனையிலே முன்னரை விட பன்மடங்கு எடையுடையதாக இருக்க வேண்டும் என்று தெரிந்தது. தரகர்களின் கைகளிலே ரயில் டிக்கெட் ஒன்று இருந்தது. ரயிலே இல்லாத அக்கரைப்பற்றில் ரயில் டிக்கெட்டுக்கு இந்த விலை இருக்குமென்று யாருமே

எதிர்பார்க்கவுமில்லை. அந்த டிக்கெட் இலக்கங்களுக் கேற்றவாறு அவர்களுக்கு சாமான் பிரித்துக் கொடுப்பதாக முடிவானது. எல்லோரும் வெள்ளரிப் பழத்தை சீனியில் தொட்டுத்திங்க ஆரம்பித்தனர். கோப்பையில் துப்புகிற டிக் டிக் சத்தம் கேட்டது. தென்னைமரக் குடை நிழலிருந்து பொட்டுப் பொட்டாக கருமை கூடிவந்தது. ஆட்கள் திடுதிப்பென்று ஏறக்குறைய எல்லாத் தென்னைகளிலிருந்தும் குதித்தனர். குளத்திலிருந்து மூடிவைத்த கொசுவலைக் கிணற்றிலிருந்து ஆட்கள் வெளிறிய வெள்ளைக்கால்களோடு சுற்றி வளைத்தனர். குளத்தில் இருந்தவர்களிடம் ஒருவகையான இரசாயனம் மணத்தது. பெரும்பாலும் முதலையை அண்டவிடாமல் அவர்கள் பூசியிருக்கலாம். ஆயுத முனையில் ஏறத்தாழ எல்லோரும் மண்டியிட்டு நிறுத்தப்பட ஊமையன் அதிகாரிகளை விலக்கி வந்து கூடத்தில் உட்கார்ந்து கொண்டான். அவன் நடத்தை முற்றாக மிடுக்கோடு மாறி விட்டிருந்தது. அழுக்கு உடையினுள் பிஸ்டல். நீவி விட்ட தலைமுடியில் இருந்து கொக்கு இறக்கைகள் தாவி விழுந்தன. மாஸ்டர் குனிந்து கொண்டார். மயான அமைதியில் காற்றில் ஆடிய தங்கூசி நூல் சுருதியாய் இசைத்தது. இப்போது பெண் குட்டையொலி ஆண் நெட்டைத் திமிரை ஒடிக்கும் அசரீரி பூனைச்சீறலைப் போல கேட்டது அவருக்கு. அவர்கள் நடந்து கொண்ட விதத்தில் ஊமையனொரு நட்சத்திர உயரதிகாரியாக இருக்கவேண்டும். சிங்களத்திலேயே கட்டளைகளை சொல்லிக் கொண்டிருந்தான். வேலிக்கு மேலால் அருவருப் பாக பட்டாசு வாங்கும் ஆசாமிகளை பார்த்து நமட்டுச் சிரிப்பொன்று வந்தது. போதைப் பொருள் தடுப்பு கொழும்பு பிரிவின் ஜீப்புகள் அலறியபடி வந்தன. கட்டிவைத்த முதலையை அவிழ்த்து குளத்தில் தள்ளிவிட்டான். எல்லோரையும் கைது செய்து ஏற்றியபோது வரிசையாக நின்ற போலீஸ் ஜீப்புகளுக்கும் போதைப் பொருள் புனர்வாழ்வு நிறுவன வாகனங்களுக்கும் பின்னால் ஒரு ஆட்டோ அழுகையோடு வந்து நின்றது. அப்போதும் எங்கோ யாரோ ஒருவர் கொழுத்தி வெடித்த பட்டாசில் மருத வெட்டுவான் குளம் அதிர்ந்து படுத்தது.

# சிருஷ்டியுலகம்

மெல்லிய பூஞ்சை வெயில் படர்ந்திருந்த முறாவோடையின் நீர்ப்பரப்பிலிருந்து பொட்டுப் பூச்சிகள் தாவித்தாவி ஓடும் நீரதிர்வுகளை, வண்டுகளின் இறக்கை பட்டு இலை மூடிய தொட்டாஞ்சுருங்கிப் பூக்களை, மாடு முறித்த எருக்கிலைச் செடியிலிருந்து சொட்டும் பாலை ஆயிஷா பார்த்தபடி இருந்தாள். இருளாகும் சமிக்ஞை போல அலங்கார தெருவிளக்கின் கண்ணாடி மூடிச்சிமிழிலிருந்து மூஞ்சூறு போல வெளிச்சங்கள் இடைவெளி விட்டுச் சிணுங்க ஆரம் பித்தன. ஆங்காங்கே கல்லடி விழுந்த விளக்குகளை சுற்றிப் பரவும் இருளும் அதைத்தாண்டியே வீட்டுக்கு போக வேண்டும் என்கிற அச்சமும் ஆயிஷாவை தொந்தரவு செய்தன. தூரத்தே சைபுதீனின் கடை முன்றலிலிருந்த ஒரு குண்டு பல்பு அவரைப் போல மந்தமாகவே சிமிட்டிக் கொண்டிருந்தது.

வெளுத்த வீங்கிய முகத்தின் முட்டைக்கண்களோடு வாயைக் கோணலாக்கியபடி விரல்களை சுண்டுவது போல மடக்கி கைகளை விறைப்பாக நீட்டியபடி கிடுகிடுவென நடந்தாள். வீட்டு மதில் சுவரிலிருந்து அடர்த்தியான பாசிக்குள் வசிக்கிற நத்தை, காலையில் கொய்யா மரத்தில் தவறாது வரும் செண்பகம், குளக்கரையில் மேயும் செவலை மாடும் கன்றுமென அவள் நண்பர் உலகம் விசித்திரமானது. குளக்கரையைச் சுற்றி நடமாடித் திரியும் ஆயிஷா குளக்கரை

வீதியின் குளப்பக்கமான கரையில் நிற்பதே இல்லை. அவள் உம்மம்மா சொல்வது போல குளம் பலியெடுத்துவிடும் என்கிற பயம் எப்போதும் இருக்கும். ஆனால் அவள் குளப்பக்கமாக பாதி வீதியை எப்போதாவது அணில்கள் கிட்ட வரும் போது, பாலாமை குளக்கரை குப்பைத் தொந்தரவிலிருந்து ஆறுதலாக விடுபட்டு எப்போதாவது அவளிடம் நாக்கை அனிச்சையாக நீட்டும் போது, குளத்தினுள் இடுப்பு ஆழத்தில் வலை வீசுகிற மீன்காரரர் துடிதுடிக்க மீன்களை கரையில் போடும் போது வருவாள். அதுவும் எட்ட நின்று அவள் உலகத்தின் விரிந்த காட்சிகளை மெல்லுவது போல உற்றுப்பார்ப்பாள்.

கோணாவத்தையிலிருந்து நீர்த்தொடர்பாக அடுத்தடுத்த சிறிய பெரிய நீரேந்துப் பகுதிகள் முறாவோடையூடாக அக்கரைப்பற்று முகத்துவாரக் களப்பினை நோக்கித் திறக்கும். முறாவோடையில் குடியிருப்புகள் அண்ட ஆரம்பித்த காலத் திலேயே சைபுதீனின் கடை இருக்கிறது. அந்தக் காலத்திலேயே சைபுதீனின் தோட்டத்தோடு கடையும் கொஞ்சம் வீடுகளும் முளைத்திருந்தன. தோட்டத்தில் விளையும் வள்ளலைக் கீரைக்காக மாம்பாஞ்சான் கொத்துக்காக சைபுதீனிடம் காலையிலேயே சைக்கிளோடு சம்சாரிகள் குழுமி விடுவர். சைபுதீனிடம் வாங்கிய காணிகளை நிரப்பி அக்கரைப் பற்றிலிருந்து சனம் குளத்தை அண்டி வந்தது. ஆயிஷாவின் உம்மம்மாவும் அப்படித்தான் அங்கு ஒரு காணித் துண்டை வாங்கிப் போட்டாள். பிள்ளைகள் கைவிடும் கடைசிக் காலமொன்றை குளக்கரையில் கால் நீட்டி கழிக்க நினைத்த அவளுக்கு ஆயிஷாவைப் போல துரத்தும் பாரமொன்று அழுந்திக் கொண்டேயிருந்தது. எல்லோரும் நிரப்பியிருந்த போதிலும் சைபுதீனின் தோட்டம் இன்னும் மந்தமாகவே நிரம்பியபடி இருக்கிறது. ஒரு மூலையில் ஒரு குட்டிக் குளத்திலிருந்து தோட்டத்துக் கீரைகள் பற்றையாய் உறிஞ்சிக் குடித்தன.

முறாவோடைக் குளத்திற்கு இரண்டு பகுதிகளிருக்கும். பாதிக்குச் சற்றே குறைய ஆழமான பகுதியும் மற்றைய பெரும்பகுதி ஆழம் குறைவாகவும் இருக்கும். ஆழம் குறைந்த

பகுதியில் குளத்திலிறங்கி மீன்பிடிப்பவர்கள் எவரும் மற்றைய ஆழப்பகுதிக்கு போவதில்லை. கரையில் நின்று வீசுபவர்களும் ஜாக்கிரதையாக நறுவிசோடு இழுப்பர். அந்தப் பகுதியின் ஆழத்தில் மண்டியிருக்கும் சுரிதான் இந்த அச்சத்திற்கு காரணம். ஒரு வருடத்தில் யாராவது மூழ்கி பலியாகுவது எல்லோருக்கும் தெரியும். அதனாலேயே ஆயிஷா உம்மம்மா அதிகமாக சொன்ன இந்தக் கதைகளைக் கேட்டுப் பயந்திருந் தாள். ஒருகாலத்தில் இந்தக் குளத்தை அண்டி மீன்பிடிப்பவர் களும் வள்ளங்களும் இரவு லாம்புகளும் செறிந்திருந்தன. மத்திய கிழக்கை நோக்கிய ஹைப்ரிட் சமூகமாற்றத்தில் எல்லாமே அருகிப்போயின. சில வருடங்களுக்கு முன்னர் முனிசபலிட்டியால் குத்தகைக்கு எடுத்த அரைப்பகுதியில் அன்னங்களை வளர்த்தனர். அப்போது ஆயிஷா குழந்தையாக இருந்தாள். இப்போதும் யாராவது வளர்க்கிற அன்னங்கள் குளத்தில் இறங்குவதைக் கண்டால் குஷியாகி விடுவாள். அவள் உலக சிருஷ்டியில் அன்னப்பறவைக்குக் கொம்புகள் இருந்தன.

அவளுக்கு நண்பர்கள் இருப்பதில்லை. அவள் தாயின் உடன் பிறந்தவர்களும் அவளை ஒதுக்க நினைக்க அவள் உம்மாவுக்காக கட்டிய வீட்டில் உம்மம்மாவோடு வந்து விட்டாள். அவளை விசேஷங்களுக்கு, கலியாணம், மய்யத்து என்று எதற்குமே அழைக்காமல் அவள் மாமாக்களும் பெரி யம்மாக்களும் புறந்தள்ளி விடவே அவளோடு உம்மம்மாவும் பிள்ளைகளை விட்டுத் தூர இருந்தாள். அவள் வித்தியாசம் மற்றப் பெற்றோருக்கு அருவருப்பாயிருந்தது. அவள் அழுக்கான உடை, எப்போதும் கல்லுக்குத்தி காயப்படும் கால்களும், ஏற்கனவே வந்த புண்களும் ஹைபிரிட் தலை முறை ஆட்களுக்கு தீண்டத்தகாததாகிவிட்டது. எங்காவது பிள்ளைகள் கூட்டமாக விளையாடக்கண்டதும் முதலில் அங்கு போய் நிற்பாள். ஓரமாக தள்ளி நின்று பார்க்க அவளுக்கே சிறிது நேரத்தில் அலுத்துவிடும். மீண்டும் முறாவடை சமஸ்தானத்திற்கே வந்துவிடுவாள். அமைதியாகப் படுத்திருக்கும் குளத்தில் செல்வன் மீன்கள் மூச்சுவிடும் வட்டக் குற்றலைகளை எண்ணுவது, சுழியோடிய நீர்க் காகங்கள் வெளியே வருவதுவரை மூச்சை தம் பிடித்து

வைத்திருப்பது, மேய்ந்த செவலையின் பின்னால் இழுபட்டு கோடு வரையும் கயிற்றை மிதித்து ஓடுவதென அவள் பொழுது கழியும். சாப்பாடு நேரத்தில் உம்மம்மா வாசலில் நின்று பீங்கானோடு கூவுவாள். பிசைந்த சோற்று உருண்டை களை வாயில் வாங்கியவாறே விரல்களை ஒன்றன் மேல் ஒன்றாக வைத்து கைகளை விறைப்பாக நீட்டியபடி தாவு வாள். ஒரு சின்ன பனையான் மீனைப் போலவிருக்கும் அவள் துள்ளல். உம்மம்மா இரும்பு மனிசி. திடீரென சோக மாகி வாடிய வட்டுக்காயாய் கிடப்பாள் ஆயிஷா. அவளை மடியில் கிடத்தி முடிசீவி கதை சொல்லும் உம்மம்மாவிடம் அவளுக்கென சில சமிக்ஞைகள் தேர்வாகியிருந்தன. ஆடை களை உயர்த்திப் பிடித்துக் காட்டி ஒதுங்கப் போவாள். குரல் வளையை நீவிக்காட்டி தண்ணீர் வாங்கிக் குடிப்பாள். அவள் பரிச்சயமான அவளது அற்புத உலகத்திற்கு வெளியே ஆயிஷா ஒரு ஆட்டிச தேவதை.

***

“இவள எங்கேயாலும் சேர்த்து உடேன், இன்னா அன்னா எண்டு குமராகிடுவாள், நீ ஏன் கஸ்டப்பர்ராய்..”

உம்மம்மா எதையும் காதில் வாங்கிக் கொள்வதில்லை. பத்து பிள்ளை பெற்றவளுக்கு இதுவொன்றும் பெருஞ் சுமையல்ல. உம்மா வாப்பா இல்லாத அவளுக்கு ஒரு அரண் போல ஒரு மெத்தை போல அவள் உலகத்தின் வாசலில் ஒரு மேய்ப்பள் போல உம்மம்மா நின்றிருப்பாள். இந்தத் திடீர் அக்கறைக்கும் காரணமில்லாமல் இல்லை. இருக்கிற முறாவோடைத் துண்டுக் காணிக்காகவே மூத்த மகளின் இந்தத் திடீர் விஜயமென்று அவளுக்குத் தெரிந்திருந்தது.

“நான் மௌத்தான பொறவு தான் இவள ஹோம் ல சேக்கிற. அதுவும் முஸ்லிம் ஹோம் லான் உடனும்...”

வந்த மூத்தமகளுக்கு உள்ளே கிடந்த பாயை இழுத்து போட்டபடி சொன்னாள் . தாயும் மகளும் களுதாவளை வெற்றிலையை மடித்து பாக்கை நறுக்கி சுண்ணாம்பு தடவி கடைவாயில் போட்டுக் கொண்டனர். உம்மம்மா இப்போது புகையிலை போடுவதில்லை. கேன்சர் வருமாமென்று ஒரு

பேர்த்தி சொன்னதை பிடித்துக்கொண்டாள். வாழும் ஆசையெல்லாம் இருந்ததில்லை; ஆயிஷாவுக்காக அவள் இன்னமும் இருக்கத்துணிந்தாள். அவள் புடவைக் காசு முடிச்சு போல அந்தத் துண்டு வளவும் ஆயிஷாவின் எதிர் காலமும் அவளை இருத்தி வைப்பதாக நம்பினாள்.

“அந்த ஓடுகாலி மாப்பிள்ளை ஓலி ட புள்ள தேவ எண்டா நீ வெட்டடங்கிறங்கு”

எப்போதோ அவளையும் ஆயிஷாவையும் விரட்டியடித்த அந்த வார்த்தைகள் முறாவோடை பள்ளி மோதினாரின் அறிவித்தல் குரல் போல திரும்பத் திரும்ப அவளை திடுக்கிடச் செய்தன. அழகிய மஞ்சள் நிலவு முறாவோடை என்கிற மீராவோடையின் மறுகரையின் தென்னஞ்சோலைக்கு மேலே கடலிலிருந்து கிளம்பித்தகித்தது. ஆயிஷா சுவற்றிலிருந்து மண்சில்லொன்றால் அப்பியிருந்த பாசித்திட்டுகளை சுரண்டியபடியிருந்தாள்.

“புள்ளே, சும்மா இரு. மனே..”

“ஹா..”

“அதுக்குள்ள நத்தை இருக்காது மா..”

“ம்ம்..”

நத்தைகளைப் போல வண்டுகளைப்போல அவளது உலகத்தின் சிருஷ்டிகள் வண்ணமயமாக வானத்திலிருந்து பொத் பொத்தென விழுவது போல பொறுக்கினாள். அவள் பொறுக்காதவைகள் ஊர்ந்தபடி கால்களில் ஊருவது போல ஏறி வயிற்றினுள் நிரம்புவது போல சூயையிருந்தது. வண்ணத்திப்பூச்சிக் கால்கள் நடப்பதாக அடிவயிற்றில் பாரமேறி ஆவலாதிப்பட்டாள். தட்டான்கள் தொட்டாச் சுருங்கியில் மோதுவது போல பால் ஆமைகள் வயிற்றுத் துளையை நக்குவது போல பிரக்ஞையடைந்தாள். அவள் வயிற்றைப் பொத்தி கீழே வலிக்க குந்திய போது உம்மம்மா பெரியம்மா போல அவள் உடலும் வெற்றிலையை மென்று துப்பியிருந்தது. வியர்த்த அவளை கிடத்தி விசிறியால்

வீசியபடியிருந்தாள் உம்மம்மா. அன்றைக்கு கவனமாக குளிப்பாட்டப்பட்டாள். மணங்களோடு அன்றைக்குப் பிறகு பாவாடையை மார்புக்கு உயர்த்திக் கட்டிக் குளிக்க வேண்டும் என ஆயிஷா கட்டளையிடப் பட்டிருந்தாள். முன்போல கவயீனமாக ஆடைக்கிளிப்புகள் இருக்கக் கூடாதென்று அறிவுறுத்தப் பட்டாள். அவள் சிருஷ்டியுலகத்தை மறந்து வலிகளோடு பிசுபிசுப்போடு அழுத்தும் நாப்கின்களோடு அவள் கடக்க வேண்டிய ஹார்மோன் சுழற்சிக்குள் அவள் நுழைய வேண்டியிருந்தது. அன்றிரவிலிருந்து ஆயிஷாவுக்குப் பரிசுகள் வந்தன. புதுச்சட்டை, தங்க மோதிரம், அவளுக்கு பிடித்த ஞானக்கத்தாவெல்லாம் வந்திருந்தது. ஞானக்கத்தா என்கிற ஒரு வகை மில்க் ரஸ்க் தவிர அவளுக்கு மற்ற பரிசுகள் ஆர்வம் தந்திருக்கவில்லை. ஆயிஷாவுக்கோ வாரம் ஒருமுறையாவது வயிற்று வலியெடுத்தாலோ வானத்திலிருந்து அவள் சிருஷ்டிகள் பொத்தென்று விழுந்தாலோ ஞானக்கத்தா சாப்பிடலாமென்றிருந்தது. ஆனால் அவள் உம்மம்மா சோர்வாகி உஷாரிழந்து மூட்டுகளில் சுமையேறியது போல இரவெல்லாம் திடுக்கிட்டாள். ஆயிஷா மீது அவளுக்கிருந்த நம்பிக்கை தூண்டிலில் சரியாகப்படாத மீன் நழுவுவதை போல கயிறறுந்து தனித்தபடி கிணற்றினுள் தாழும் உலோக வாளியைப்போல பார்த்தபடி இருந்தாள். ஆயிஷாவுக்குக் கிடைக்கும் புதிய பரிவின் அபாயம் ஒரு மணலைப் பாம்பு போல கூரை வளையில் நெளிந்தபடியிருந்தது அவளுக்கு. சேமிப்பிலிருந்த நகைகளை ஈடுவைக்கவும் ஆயிஷாவின் உம்மாவுக்குச் சொந்தமான வயற்காணியின் குத்தகையை தன் மகன்களிடம் அறவிடுவதையுமே சிந்தித்தபடி இருந்தாள்.

***

இப்போதெல்லாம் ஆயிஷாவுக்கு உள்ளிருந்தே தொந் தரவுகள் அதிகமாயின. முன்னரை விட அதிகமாக கோபப் பட்டாள். குழந்தமையிலிருந்து அவள் மாறும் போது எரிச்ச லாயும் பயந்தும் சிலவேளை குழம்பியும் போவாள். அடிக்கடி வருகிற தலைவலியோ, வயிற்றுவலியோ பற்றி விசேட கவனமெடுக்கவென உம்மம்மாவுக்கு தெரிந்திருக்கவில்லை. அவள் சிருஷ்டி உலகத்திலிருந்து முறாவோடைத் தெருக்

களிலிருந்து அவளுக்கு ஆர்வம் இளகி ஞெகிழி போல வழுக்கியது. நாஃப்கின் வைக்கும் போது மட்டும் வெட்கமாகிய சிரிப்பு தலைதூக்கும். உண்மையில் அந்தப் போக்கு நாட்களில் அவளுக்கு விசேட கவனம் தேவையாயிருந்தது. அவளுக்கிருந்த வலிகளையும் மனவெழுச்சிகளையும் அறிந்து கொண்டு அதற்கேற்ற படி அவள் கவனிக்கப்பட்டிருக்க வேண்டும். அவளுக்கு தொடர்பாடலுக்கென்று படங்களை சித்திரங்களைக் காட்டி அவள் உணர்வுகள் அறியப்பட வேண்டும். அவை எதுவுமே அங்கில்லாததால் அவளுக்குள் மீள முடியாத இறுக்கம் தொற்றிக்கொண்டது பற்றி உம்மம்மா கவலையாயிருந்தாள். கிணற்றடி வாழை மரக்குலையின் பிஞ்சுகளை வெளவால்கள் சிதைப்பதைப்போல மூப்பு ஆயிஷாவின் உலகத்தை மழுங்கடிக்கிறதென விம்மிக் கிடந்தாள். ஆயிஷா குழந்தையாகவே இருக்க வேண்டு மென்றிருந்தாள். வீங்கிய மூட்டுகளை மடித்துத் தொழுதாள். ஆனாலும் அவளுக்கு அலங்காரம் செய்யவோ புத்தாடை அணிவித்து சோடித்துப் பார்க்கிற சோட்டையை அவள் நிவர்த்திக்காமல் இல்லை. தலை பின்னி பவுடர் பூசி புதிய தோடுகளை அணிவித்து கண்ணாடி முன் நிறுத்தி ஆயிஷா வெட்கப் படுவதை ரசிப்பாள்.

“என்ன வடிவு மா எங்குட புள்ள.”

வயிற்றில் பிறந்த பத்தையும் விட நெஞ்சில் இளகும் முட்டைக் கண்களுக்குள் ஏதோ பிணைப்பு தெரிவதை உணர்ந்தாள். அந்தப் பத்தை விடவும் இந்த முறுகிய விரல்களை திரும்பத் திரும்ப நினைவின் பெருவெளியெங்கும் நிலங்களாகப் படரவிட்டாள்.

***

கண்ணாடி வானத்திலிருந்து மேகங்கள் ஆங்காங்கே நுரைத்துக்கிடந்த அந்தப் பகல் நேரத்தில் முறாவோடை வெள்ளிப் பாளமாய் கூசிக்கிடந்தது. அடரும் வெக்கையைத் தணிக்க குருவிகள் தாழப்பறந்து விளையாடின. புல் மண்டிய கரையோரத்தை துப்பரவு செய்யும் முனிசபலிட்டி ஊழியர்களின் இயந்திரச்சத்தம் ஆயிஷாவைத் தொந்தரவு

செய்தது. அதைவிடவும் செவலையும் கன்றும் மேயப்புல்லின்றி எங்கே போகுமென கவலையிலிருந்தாள் ஆயிஷா. சைபுதீனின் கடைவாசலிலிருந்த பென்ச்சில் வழக்கமான இருவர் உட்கார்ந்திருந்தனர். அவர்கள் அப்போது ஆயிஷாவைப் பற்றி பேசியபடியிருந்தனர்.

"உம்மா வாப்பா இல்லாம இந்த புள்ளய பாருங்கோ, தனியக்கெடந்து கஸ்டப்படுறாள் அந்த மனிசி.."

"பொறக்கக்கொழயே சுவர்க்கத்துக்கு பாஸ்போர்ட் ஓட பொறந்ததுகள் டா, நீ ஏன் கவலைப்படுறாய்.."

சைபுதீனின் கடை வாசல் இப்படித்தான் நாளும் ஒரு தலைப்பில் களைகட்டும். பென்ச்சை சாத்திவிட்டு அவர்கள் கிளம்பும் போது தலைப்பும் சாய்ந்துவிடும். சைபுதீனின் கடை இப்போது பழைய கடையாகிவிட்டது. கீரைத்தோட்டத்தில் மண்டியிருந்த பற்றைக்குள் காட்டு வட்டுக்காய் மட்டும் தலைநீட்டிக்கிடந்தது. வயதான மந்த சைபுதீன் சாமான்களை போடுவதற்குள் ஹைப்ரிட் வாசிகள் பொறுத்துக் கொள்வதில்லை. பழைய முட்தராசில் அவர் மிச்சம் பிடிப்பதில் மட்டும் தான் பரோபகாரி. சிக்கனமென்றால் சைபுதீன் தான் என்பார்கள் கடைவாசல் பென்ச்சுக்காரரர்கள். ஆனாலும் சிறுவர்கள் ஆர்வமாக வாங்க வருவர். சீனிமுட்டாசு, உறப்பு உருண்டை, பழப்புளி ஜேம் பக்கெட்டு, பொட்டுத்துப்பாக்கி, ஐந்து ரூபாய் சீட்டிழுக்கும் பழைய பரிசு பல்லி முட்டாய் கார்டு இவை போல அரியவகை பழம் பொருட்கள் கிடைக்கும். கண்ணாடி போத்தலில் குவிந்திருக்கும் தேன் குழல், ஞானக்கத்தா, பிஸ்கட்டுகள் நாஸ்டல்ஜிக் போல அந்தக் காலத்திற்கு நம்மை கூட்டிச் செல்லும். ஆயிஷா ஞானக்கத்தாவை வெறிக்க பார்த்தபடியிருந்தாள். முன்னரெல்லாம் ஆயிஷா கடைவாசலுக்கருகில் வந்தாலே சைபுதீன் விரட்டி விடுவார். இப்போது எந்த அதட்டலும் இல்லை. ஒரு நமைச்சலிலிருந்து விடுபடுவது போல அவளுக்கு ஞானக்கத்தா பசியெடுத்தது. பென்ச்சுகள் தலைப்போடு சாய அந்த இருவரும் கிளம்பும் போது செவலை கத்தியது. கன்று குறும்பாக குளக்கரைக்கு துள்ளுவதை கண்டிப்பதை

போலவிருந்தது அதன் கத்தல். சைபுதீன் வாஞ்சையோடு கூப்பிட்டார்.

"ஞானக்கத்தா வேணுமா.."

"ம்ம் ம்ம்.."

அவள் தலையாட்டிய படி கடையினுள் செல்ல சைபுதீன் கண்ணாடி போத்தலை திறந்து கொடுத்தார். அவள் சிருஷ்டி உலகத்தில் இல்லாத போத்தல் நிறைந்த ஞானக்கத்தா. அவள் சாப்பிட ஆரம்பிக்கும் போதே அவள் பின்னால் தடவப் படுவதை உருவப்படுவதை பற்றி சிரத்தையற்று சாப்பிடும் மும்முரத்தில் இருந்தாள். அவள் சாப்பிட்டு விட்டு வெளி யேறும் போது எதையோ பேப்பரால் துடைத்தபடியிருந் தார் சைபுதீன். சுவர்க்கத்தின் கடவுச்சீட்டுக்கு பூலோகத்தில் மதிப்பில்லை போல. வெளியேறியதும் கதவுகளை மெதுவாக சைபுதீன் சாத்திக்கொண்டதை ஆயிஷா உணரவேயில்லை. அவள் கவனமெல்லாம் தாயின் கத்தலை கவனியாது குறும்பாய் கரையில் துள்ளுகிற செவலைக்கன்றின் மீதே இருந்தது. ஆழமான குளத்தின் பாதியில் கன்று சப்பென்று கரையிலிருந்து வழுக்கி குளத்தினுள் விழுந்ததும் ஆயிஷா பதறியபடி கரைக்கு ஓடினாள். கன்று தத்தளிப்பதை பொறுக்கவொணாமல் துப்புரவு செய்யும் ஊழியர்களை கைகளைத்தட்டி கூவியழைத்தாள். புல் வெட்டுகிற இயந்திரச் சத்தத்திற்கு இவள் கூவல் கேட்கவே இல்லை. கன்று கழுத்து வரை மூழ்கியதும் குளத்தினுள் பாய்ந்து கால்களை ஊன்றி தன் முழுபலத்தோடு கன்றை ஊன்றித் தள்ளினாள். செவலை யின் கதறலையும் தண்ணீரில் எழும் ஒழுங்கற்ற கூச்சலையும் யாரும் செவிமடுக்கவே இல்லை. கன்று மேலே வெளிவர ஆயிஷாவின் கால்கள் சேற்றில் இறங்கியிருந்தன. கன்று கால் களை உதைத்து வெளியேறிய போது ஆயிஷா ஆட்டிச குமிழி களோடு தெருக்களிலிருந்து விடைகொடுத்திருந்தாள். அவள் சிருஷ்டியுலகம் நீருக்கடியில் புதிய பரிணாமமெடுத்தபோது நத்தைகள் அவள் கால்களை முத்தமிட்டன.

## உதறல்

நீண்ட நாட்களுக்குப் பிறகு அச்சமற்ற மனித நடமாட்டத்தை சந்தைக்கூச்சலை வாகன நெரிசலை, பாடசாலை சிறுவர்களை அவர்கள் கண்டிருந்தனர். அநுராதபுரத்தில் ஆங்காங்கே இருந்த புத்தர் சிலைகளை சுற்றியிருந்த வெண் அலரிப்பூக்கள் பகலிலும் மணத்துக்கிடந்தன. சில இடங்களில் பாதை தடுப்புகள் போடப்பட்டு வாகனங்கள் கண்காணிக்கப்பட்டன. நீண்ட நாள் பசி, வயிறு ஒட்டி அடியிலிருந்து பிழம்பாய் எரிவது மூக்கு நாசிவரை சுட்டது. வேறு வழியின்றி ஒரு முஸ்லிம் ஹோட்டலை பார்த்து உள்ளே முதலாளியிடம் ஒரு சிலர் நிலைமையை புரியவைக்க அவர்களில் ஒருவனுக்கு அவசரமாய் அடைத்துக்கொண்டு வந்திருந்ததில் ஒதுங்கப் போனான். கழிவறையில் மஞ்சள் சுவர் பூச்சு போல கசந்து ஒழுகியதும் அந்த இடம் எரியத் துவங்கியது. ஒரு வாளி நிறையத் தண்ணீர் எடுத்து குறியைத்தணிய விட்டான்.

"முதல்ல போய் சாப்பிடுங்கோ புள்ளையாள்.."

முதலாளி பேசுவதிலே ஆள் காத்தான்குடியென்று தெரிந்திருந்தது. பேச்சிலேயே அக்கறையும் வாஞ்சையும் கலந்திருந்தது.

"புள்ளையள் யாழ்ப்பாணத்தில இருந்து தப்பி வாறாக. கேக்கிறத்த குடுமகன்.." என வேலை பார்ப்பவர்களிடம் அவரது ஏவல் சத்தமாகவிருந்தது. பெரிய உள் கடையில் ஒரு

பெரிய மேசையைச்சுற்றி பத்து கதிரைகளும் புத்தகப்பைகளும் குந்தியிருந்தன. இடைக்கிடை ஒருவன் மட்டும் ஒருவாளித் தண்ணீரோடு ஒதுங்கப் போனான். தாகம் தீரும் பத்து முழிகள் வெளுத்தன. யுத்தம் மீள மூண்டதில் புலிகள் கிழக்கிலிருந்த பொலிஸ் நிலையங்களைத் தாக்கி கைப்பற்றி யிருந்தனர். அதனால் மட்டக்களப்பு-கல்முனை வழியாக அக்கரைப்பற்றுக்கு செல்வதில் சிரமமும் அச்சமுமிருந்தது. கடை முதலாளியின் யோசனைப்படி பத்துப் பேரும் கண்டிக்கு செல்வதென முடிவாகியது. அன்றிரவு வேனில் கடிகார டிக் டிக் சத்தமும் ஆஸ்த்துமா இளைச்சலும் பல ரகமான குறட்டை வீசலும் நிறைந்திருந்தன. பலநாளாக கண்களில் தேங்கிய தூக்கமென்பதால் பைகளுக்கு மேலே கண்டபடி அசந்திருந்தனர். அவர்கள் கடந்துவந்த கடுமையான நாட்களை நினைத்தாலே தசைகளுக்குள் சுள்ளெனும் உதறலை அசைபோடாமலில்லை.

***

"இந்த கண்றாவி வீடிய விட்டுட்டு எப்படா சிகரெட்டுக்கு மாறுற.."

"இருக்கிற பிரச்சினைக்குள்ள ஒனக்கு சிகரெட் தேவப்படுது எலா.."

ரயில் தண்டாவாளக்கேடர்களை அறுத்து குறுக்காகவும் நீளப்பாட்டிலும் வைத்து மண்ணைத் தோண்டிய மடுவிலிருந்து மூட்டை மூட்டையாகக் கட்டி குறுக்காக சுவரைப் போல எழுப்பி துப்பாக்கி முனை மட்டும் வெளியே நீட்டத்தக்க இடைவெளியோடு அந்தப் பங்கரை பதுங்குவதெற்கென இயக்கத்தினர் கட்டுவதை வேடிக்கை பார்த்தபடி நின்றவர் களுக்கு கொண்டு வந்த பீடி தீர்ந்து போனது சலிப்படித்தது. அடிவானைத்தொட சூரியன் யாழ்கோட்டையின் சுவர்களுக்குள் வழக்கமான பங்கருக்குள் பதுங்கிக்கொள்ள ஆங்காங்கே மின் குமிழ்கள் கொஞ்சம் கொஞ்சமாக கருந்தவளையின் கண்களைப்போல பளிச்சென்றன.

"அடேய். புதினம் பாக்குறியள் என்ன.."

பங்கருக்குள்ளிருந்து குரலும் கண்களும் வெளியே நீண்டன.

"இல்ல அண்ணா, நாங்க படிக்க வந்த, சும்மா சுத்திப்பாப்பம் எண்டு.."

சொன்ன இழுவையான பதிலில் அமிழ்ந்து மூடியிருந்த குரலை அவர்களில் ஒருவன் எச்சிலை திரட்டி விழுங்கி சரிப்படுத்தியபடியிருந்தான்.

"எந்த ஊரடா நீங்கள்?."

"அக்கரைப்பற்று ண்ணா.."

"முஸ்லிமே..?"

கேள்விகளை சுருக்கமாக முடித்துவிட்டு பீடிக்குறைகளை சாஷ்டாங்கமான முகமனைப்போல காலுக்கு கீழே நசுக்கியவுடன் தங்களது அறையை நோக்கி வேகமாக அவர்களிருவரும் நடக்கத்துவங்கியதில் யாழ்ப்பாணக் கோட்டையை சுற்றிலும் புலிகள் பல பங்கருகளை கட்டுகிற சப்தங்கள் தெளிவாகக்கேட்டன. முந்தைய இரவில் பூத்திருந்த வெண் அலரி வாசம் வழியெங்கும் கும்மென்று அடைத்திருந்தது. ஆங்காங்கே ஆயுதங்களோடு ஆட்கள் சுதந்திரமாக சுத்தித் திரிவதை கோட்டை மேலிருந்த இராணுவத்தினரும் பார்த்தபடியிருந்தனர். தொன்னூறுகளில் இலங்கை ஜனாதிபதியாகவிருந்த ரணசிங்க பிரேமதாசா புலிகளோடு செய்திருந்த யுத்த நிறுத்த காலத்தில் புலிகள் பல அரண்-சுவர்களையும் பதுங்கு குழிகளையும் அமைக்கத் துவங்கியிருந்தனர். இது தெரிந்திருந்தும் இராணுவத்தரப்பு தங்கள் வீரர்களை அமைதியாக இருக்கும் படியே கட்டளையிட்டிருந்தது. பேச்சுவார்த்தை பிற்காலகட்டத்தில் இலங்கை பாதுகாப்புத் தரப்பு ஆயுதங்களை தவிர்க்கச்சொன்னதில் புலிகள் அதிருப்தியடைந்திருந்தனர். இந்தக் காலத்தில்தான் கிழக்கிலிருந்து நிறைய மாணவர்கள் யாழ்நகருக்கு கல்விகற்க வந்திருந்தனர். அறையை அடைந்ததும் வெளியே இருளைக் கவிழ்க்கப் போராடும் மஞ்சள் விளக்கை அணைத்துக் கொண்டனர். அவர்கள் தங்கியிருந்த அறைக்கு அடுத்தாற

போல் தான் உரிமையாளரும் குடியிருந்தார். சாப்பாடு தங்குமிடத்தோடு சேர்த்து மாதவாடகை உரிய நாளில் வங்கிக் கணக்கிற்கு வந்துவிடுமென்பதால் அவரும் தொந்தரவு தருவதில்லை. அவர் பிள்ளைகள் அறைக்குள் அடிக்கடி இவர்களோடு விளையாட வருவது அவருக்கு அவ்வளவு பிடிப்பாக இல்லை. வெளியே சண்டை மூளும் நாட்களில் குண்டுகளுக்கு பயந்து பதுங்கும் குழிகள் வேறு வேறாக அமைக்கப்பட்டிருந்தன. வேறான வாயிலோடு கொல்லைப் புறத்தை பிரிக்கும் பெரிய சுவரில் இருந்த ஜன்னல் மட்டுமே தொடர்பாடலுக்கென்றிருந்தது. யாழில் ஒரே கிணற்றுக்காக ஒரே கோயிலுக்காக ஒரே தேநீர்க்கடைக்காக போராடியது போல ஒரே பங்கருக்காகவென பஞ்சமர் போராட்டங்கள் வீதிக்கு இறங்கியிருக்க முடியாது தான். அன்றிரவே மீண்டும் போர் துவங்கியது. சரமாரியாக குண்டுகள் அதிர தீட்டால் பிரிந்திருந்த பங்கருகளில் ஒரே மரணபீதி ஒரே வியர்வையென அடைத்திருந்தது. அவர்களிருவரும் எப்படியாவது ஊருக்குச் செல்வதென முடிவெடுத்து வழக்கமாக சாப்பிடப்போகும் முஸ்லிம் கடை முதலாளியிடம் பேசிப் பார்த்தனர். அந்தக் கடைமுதலாளிக்கு புலிகளிடத்தில் செல்வாக்கிருந்தது. புலிகளின் தளபதியொருவர் மூலமாக வாகனம் ஒன்றை ஏற்பாடு செய்து தந்திருந்ததில் அவர்களோடு சேர்த்து மொத்தம் பத்து மாணவர்கள் ஏறியிருந்தனர். உண்மையில் அவர்களில் நால்வர் இலங்கை பொலிஸ் பிரிவில் பணியாற்றிய முஸ்லிம்கள். கடைமுதலாளியினால் ஏற்கனவே திட்டமிட்டபடி அவர்கள் தங்கள் சீருடைகளை புதைத்து விட்டு இவர்களோடு மாணவர்களாக புத்தகங்களைப் பகிர்ந்து பிரித்து வாங்கியபடி பயணத்தில் சேர்ந்திருந்தனர். வேனில் நன்கு தெரிந்தவர்கள் போல தங்களைக் காட்டிக்கொள்வது அவ்வளவு கடினமாக இருக்கவில்லை. மாற்றுவீதிகளின் வழியே வேன் மத்திம வேகத்தில் செல்ல முன் விளக்குகளை மங்கலாய்க்கியிருந்தார் ட்ரைவர். பத்துக்கனவுகளெல்லாம் இல்லை; உயிர் வாழும் பிரயாசைகள் மட்டும் ஜன்னலிலிருந்து வெளியே தொங்கிக்கொண்டிருந்தன. இயக்கச்சியிலிருந்து ஆனையிறவுப்பாதைக்கு வேன் போகாமல் கோவில்வயல் வைரவர் கோவில் வரைக்கும் வந்து விட்டிருந்தார்கள்.

அங்கிருந்து கால்நடையாக ஆனையிறவுக்கு வர விடிந்திருந்தது. எதிரில் இருந்த இராணுவ முகாமில் சோதனைக்காக நின்றிருந்தனர். முன்னால் நீண்ட வரிசை. வரிசையிலிருந்து யாரோ ஒருவர் அடையாளம் காட்டுபவர்களை அடித்து இழுத்து சென்ற சிப்பாய்களின் பூட்ஸ் சத்தம் அச்சுறுத்தியது. தாகம் நீண்டு நாக்கிலிருந்து அடித்தொண்டை வரை வறண்டு வெடித்திருந்தது. அவர்களில் ஒருவன் சிங்களம் சரளமாக பேசத்தெரிந்தவன் என்பதால் புத்தகப்பைகளை காட்டி நிலைமையை விளக்கிப்பேச பைகளை ஒவ்வொன்றாக சோதனையிட்டனர். ஒவ்வொரு பையிலும் புத்தகங்களும் கழுவாத ஆடைகளும் சுருட்டிக்கிடந்தன. ஒவ்வொரு பையாக சோதனைக்கு நீட்டிவிட்டு வரிசையாக காத்திருந்தனர். திடீரென இருவரின் பின் முழங்காலில் உதை விழ முட்டி அடிபட கீழே சரிய துவக்குகள் லோட் ஆகின. ஒரு பைக்குள் இருந்து டிக் டிக் என்ற சத்தம் வந்ததும் சுதாகரித்த இராணுவ சிப்பாய்களுடன் இன்னும் சிலரும் வந்து சேர கவனமாக அந்தப் பையை திறந்து பார்த்தனர். அவர்களை விடவும் அந்தக் குழுவிலிருந்த மாணவர்களுக்கே திடு மென்றிருந்தது. தெரியாத பொலிஸில் இருந்த சிலரோடு சேர்ந்து தாங்களும் இரையாகிவிடுவோமென்ற அச்சம் மூள வியர்த்த கழுத்துகளும் பொத்தான் திறந்த நெஞ்சுப் பகுதி களும் அதிகாலை வெயிலில் பளபளத்தன. உள்ளே இருந்த மேசைக்கடிகாரத்தை வெளியே எடுத்து துருவிச் சோதனை செய்த பின்னர் அவர்கள் பத்துப் பேரையும் செல்ல அனுமதித்தனர்.

***

காடுகள் வழியாக கவனமாக ஒரு ஆள் முன்னே செல்ல தனித்தனியாக ஒரு எறும்பு நிரையைப் போல மனிதர்களும் புத்தகவடுக்குகளும் மேசை கடிகார டிக் டிக் சத்தமும் விரைந்து கொண்டிருந்ததில் புதிதாக இழுத்து எறியும் மூச்சு சப்தமும் சேர்ந்திருந்தது. அதில் ஒருவனுக்கிருந்த ஆஸ்த்துமா இளைச்சல் மற்றவர்களுக்கு புத்தகப்பைக்கு மேலே ஒரு சுமையை ஏற்றியது போலிருந்தது. மூன்று நாட்கள் மாறி மாறி பல புலிகளின் காவலரண்களுக்கு நடக்கவேண்டியிருந்தது.

அதே சோதனைகளும் அதே கேள்விகளும் திரும்பத் திரும்ப வந்தன.

"முஸ்லிமோ.."

"படிக்க வந்த நீங்களோ.."

"ஓமந்தை வர போகலாமப்பன்.."

புலிகளின் காவலரண்களில் தங்கக் கிடைத்த எல்லா நாட்களும் அவர்களுக்கு சோதனையாயிருந்தன. செட்டிக் குளம் காவலரணில் அவர்களுக்கு தங்குவதற்கென மரங்களடர்ந்த காட்டில் அருகருகேயான நான்கு மரங்களை சுற்றி வேயப்பட்ட புடவையினுள் அவர்கள் தங்கவைக்கப் பட்டனர். பல இடங்களில் தொடரும் சண்டைகளில் இடம்பெயர்ந்த குடும்பங்களும் தங்களுக்கு போதிய அளவு பெரிய சதுரப்புடவைச்சுவரினுள் தங்கியிருந்தனர். குழந்தை களுக்காக புகைந்திருந்த அடுப்புக்கருகலும் துண்டிக்கப்பட்ட உடலங்கங்களிலிருந்து வரும் அழுகைச்செருமலும் பத்து புத்தக மூட்டைகளைக் கொளுத்துவதுபோலவிருந்தன. வயோதிபர்கள், பெண்கள், குழந்தைகள் ஊனமுற்றவர்களோடு வரிசையில் நின்று சாப்பாட்டுப் பொட்டலங்களை வாங்க கூச்சமாக இருந்தது. இப்படித்தான் ஊரிலும் ஆயுதக் குழுக்களைத் தாக்கும் வான் ஹெலிகாப்டர்களுக்கு பயந்து சிதறிய படைகளின் ஆயுதங்களைப் பொறுக்கி கொல்லைப் புறங்களில் புதைத்தபோதும் யார் பணத்தை யார் புதைப்ப தென்று கூச்சமாயிருந்திருக்கும். திரும்பவும் விடிய முன்னரைப் போல வேறு ஒரு ஆள் ஆயுதத்தோடு முன்னே செல்ல அதே எறும்புவரிசை கால்கள் விறைத்தபடி முன்னேறின. புதிய ஆள் சாரத்தை தூக்கி கட்டியிருந்தான். அவன் கெண்டைச் சதையில் ஒரு துண்டு இருக்கவில்லை. அவன் கால்களை இழுத்து இழுத்து நடந்தாலும் இதுவரை முன்னே வழித் துணையாக வந்தவர்களில் அவனே வேகமாக நடந்தான். பனை வடலிகளும் வேப்பம் பற்றைகளும் கள்ளிச்செடிகளும் குளக்கரைகளும் கண்ணிவெடி புதைக்கப்பட்ட முட்புதர்கள் மண்டிய நீரேரிகளுமென அவர்கள் நிற்காமல் கடக்க வேண்டியிருந்தது. இரண்டு நாட்கள் நீண்ட பயணத்தில்

கால்கள் நடுங்கி அந்த உதறல் தலை வரை எழும்பியிருந்தது. இன்னும் சில மைல்களில் இராணுவ முகாம் வந்துவிடு மென்பதால் அந்த ஆளிடம் அவர்கள் விடைபெறவேண்டி யிருந்தது.

"நாங்கள் தான் சண்டையெண்டு அழியிறம். நீங்களாவது படியுங்கோடா.."

திரும்பிப்பார்க்காத அந்த இழுவைக்கால்கள் துப்பாக்கி யோடு சாரத்தை உயர்த்திய ஆளை மறைத்துவிடும்படி விரைவாக நடந்திருந்தன. அங்கிருந்து நடந்து வந்து வழக்க மான சோதனைச்சாவடிகள் பலவற்றை தாண்டி ஒரு மரக்கறி லாரியில் பத்து பேரும் மொத்தமாக ஏறியிருந்தனர். அதற்குப்பிறகு அநுராதபுரம் வரை அவர்களை ஏற்றியபடியால் அவர்களையும் லாரியையும் வழக்கத்திற்கு மேலதிகமாக சோதனை செய்தனர். லாரி ட்ரைவரை கடைசியாக அனுராதபுரத்தில் வழியனுப்பியபோது அதில் ஓரிருவர் அழுதேவிட்டனர். கருணை என்பது குப்பிவிளக்கின் சுடர் போல சிணுங்காமல் எங்காவது ஒரு மூலையில் எரிந்து கொண்டிருப்பது தான்.

***

கண்டி முஸ்லிம் ஹோட்டலில் நூற்றியெட்டாம் அறையில் அவர்கள் தங்கியிருந்தனர். பலநாள் கழித்து ஒரு உற்சாகம் தேறியிருந்தது. அது கண்டி பெரஹர காலம் என்பதால் ஊர்வலம் போகும் வீதிகள் மின்விளக்கு சோடனையில் கிறக்கமாயிருந்தன. அலங்காரப்பந்தல்களும் தென்னோலைத் தோரணங்களும் சந்திக்குச் சந்தி வைக்கப்பட்டு பார்வையாளர் நிற்கும் இடங்களில் கயிறுகள் பின்னப்பட்டிருந்தன. அரச பௌத்த உற்சவமென்பதால் தலதா மாளிகையையும் அதனைச் சுற்றிய இடங்களிலும் பாதுகாப்பு பலப்படுத்தப் பட்டிருந்தது. திறந்த ஜன்னலிருந்து அடிக்கும் குளிர் காற்றை முகரவென தலைகள் எட்டிப் பார்த்தபடியிருந்தன. விடிந் தால் ஊருக்கு போகமுடியும் என்கிற சுலபமான வாயிலை குளிர்ந்த நம்பிக்கையை அவர்கள் அடிக்கடி திறந்து பார்த்துக்கொண்டிருந்தனர். உதறி நடுங்கும் கால்களை

ஆறப்போட்டு தொடைகளை நீவி நீண்டு படுத்திருந்தனர். கண்கள் மட்டும் வீடுவரை நீண்டிருந்தன. ஒரு வழி போல செம்மையாக ஒரு பளிங்கு போல அதைவிடச்செம்மையாக நாளையை அவர்கள் எதிர்பார்த்திருந்தனர். கதவு படாரென்று திறந்து இரண்டு துண்டுகளாக பறந்து விழ சில கொமாண்டோக்கள் ஆயுதங்களோடு உள்ளே திடுதிப்பென்று பாய்ந்தனர். இருண்ட சீலைகளை தலையில் கட்டி கறுப்பு நிறத்தை முகத்தில் பூசியிருந்தனர்.

"வேச மவனுகளா.."

ஆடை கழட்டப்பட்டு எல்லோரும் நிர்வாணமாக்கப் பட்டனர். சுன்னத் செய்யப்பட்ட குறிகளைக் கண்டதும் அவர்களின் தீவிரம் தணிந்திருந்தது. ஆண்குறி மையவாதம் இங்கே மட்டும் உயிர்ப்பிச்சை அளித்திருந்தது. இப்படித்தான் எல்லாச் சோதனைச்சாவடி களிலும் அறுக்கப்பட்ட குறிகளுக்கு மரியாதை இருந்தது. நீண்ட நாட்கள் வெயிலில் கிடந்த கருமையும் அழுக்கும் பெரிய முடிச்சுகளைப் போலவிருந்த பைகளின் நடமாட்டமும் புலனாய்வுத்துறையின் காதுகளை சீவியிருக்க வேண்டும். பெரஹர உற்சவத்திற்கு குண்டடிக்கும் புலிகளோவென அவர்கள் சந்தேகப்பட்டிருக்க வேண்டும். நீண்ட சோதனையின் பின்னர் அவர்கள் ஆடை அணிய அனுமதிக்கப்பட்டனர்.

"படிக்க...?"

"யாழ்ப்பாணத்திற்கு..?"

சிப்பாய்கள் ஆச்சரியப்பட்டனர். பயத்தில் சிலருக்கு மூத்திரம் கொதித்தபடி வந்திருந்தது. இப்போது மூடிய ஜன்னல், உடைந்த கதவோடு டிக் டிக் சத்தம், ஆஸ்த்துமா இளைச்சலோடும் மூத்திர நெடியோடும் அவர்கள் படுத்திருந் தனர். அந்தக் குளிரிலும் வியர்த்த பிசுபிசுப்பு தரையில் அங்கங்களை ஒட்டிக் கிடக்கச்செய்தது.

மறுநாள் ஐந்து மணிக்கு அக்கரைப்பற்று பஸ்ஸை பிடிப்பது வரை அவர்களின் உதறல் நிற்கவே இல்லை.

# பாரம்

அவன் வீட்டுச் சுவரில் ஒரு ரிப்பர் மோதியதில் விழுந்த பகுதியிலிருந்து கற்களை உடைத்து முழுமையாகத் தேறியதைக் கொண்டு சுவரில் உண்டான பெரிய இடைவெளியை மறைக்க அடுக்கியிருந்தனர். கல்லடுக்கு சரிந்து வெளியே விழாமல் இரண்டு கம்புகளைக் கத்தரிக்கோல் போல குறுக்காக கட்டி அடைவைத்திருந்தார் அவனது வாப்பா. வீட்டு முற்றத்தில் பெரிய மாமரத்தில் மிச்சமிருந்த ஒரே கிளையிலும் ஒரு பலகை ஊஞ்சலை கயிற்றால் கட்டி ஊஞ்சல் பலகையும் கயிறும் அவனுக்கெட்டாத உயரத்தில் கொழுவியிருக்கும். எப்போதாவது அடம்பிடித்தால் பின்னேரம் வகுப்பு முடிந்து வந்து அழுதுகிடப்பவனை ஆடவிடுவார். அவனுக்கு வாப்பாவென்றால் விருப்பம். சுவரில் ஓடும் அணில், பம்பாய் முட்டாய், குக்கூசு, சைக்கிள், சனத் ஜயசூரிய என எல்லாமே விருப்பம். அப்படித்தானே வாப்பாவுக்கும் உம்மா விருப்பமாயிருந்திருக்கும்.

“ஏன் மா வாப்பா ஒங்கொள விரும்பின எண்டு வாப்படம்மா நம்மளோட பேசுறல்ல. மாமியும் வாறல்ல நம்முட வீட்ட...?”

அவன் அடிக்கடி கேட்டாலும் அவனது அறிவுக்குப் படுகிற பதிலை யாரும் சொல்லியதில்லை. அவன் வீட்டில் ஒரு குஷன் செட் இருக்கும். பாலைக்குத்திகளை நீவி மூன்று

இருக்கைகளை சேர்த்தியாக பலகைகளைக்கொண்டு செய்த பெரிய இருக்கையும் இரண்டு தனி இருக்கைகளுமிருக்கும். இந்த இருக்கைகளில் கிடையாகவும் நிலையாகவும் இரண்டு சதுர வடிவ பஞ்சு சீற்றுகள் உறையிடப்பட்டு அமருவதற்கு சொகுசாக வைக்கப்பட்டிருக்கும். இந்த சீற்றுகளைத் தனியே எடுத்து கூடு போல அடுக்கி அவன் விளையாடுவது அவன் உம்மாவுக்கு பிடிப்பதில்லை. அவன் ஒவ்வொரு முறை விளையாடும் போதெல்லாம் அவள் திட்டி விரட்டிவிடுவாள்.

"இது எங்குட ஊட்ட சீதனமாத்தந்த குஷன், சின்ன கூரைப்பொட்டியோட தானே நீங்க வந்த"

என வாப்பாவையும் உம்மா சீண்டுவாள். அப்போதும் அவன் மீன் தொட்டியை வெறிக்க பாத்தபடியே அல்லது ஊஞ்சலிலின் கயிறு மாமரத்தோடு ஆடுவதை ரசித்தபடியே இருப்பான். அந்த நாட்களில் தேர்தல் காலம் என்பதால் கூட்டங்கள் நடக்கும். ஸ்பீக்கர் கட்டி இரண்டு ட்ரக்டர் பெட்டிகளை அருகருகே நிறுத்தி அதன் மேல் மேடையமைத்திருப்பர். மேடையில் கூட்டம் துவங்க எப்படியும் மாலையில் வெயில் இருட்ட ஆங்காங்கே ஃபோகஸ் லைட் தொங்கும். ஃபோகஸ் லைட் உள்ளே சூடான இழைவிளக்கில் விட்டில் விழுந்து பொசுங்கிப் பொசுங்கி அந்த நெடி மணக்கும். வாப்பா மினிஸ்டரோட ஆள். அவனை எல்லாக் கூட்டங்களுக்கும் சைக்கிளில் கூட்டிப் போவார். கூட்டம் துவங்க முன்னர் ஸ்பீக்கரில் இசுலாமிய கீதங்கள் காதைப்பிளக்கும். மேடைக்கு முன்னால் சாஷ்டாங்கமாக கவிழ்த்தப்பட்ட கதிரைகளில் அவன் ஓடிப் போய் குந்திவிடுவான். ஐஸ்கிரீம் காரன் ஹார்னை அமுக்கும் சத்தம் எங்காவது கேட்டால் குட்டிக்கரணம் போட்டாவது வாங்கியெடுத்துவிடுவான். இரவானதும் கூட்டம் ஆரம்பிக்க கொஞ்சம் கொஞ்சமாக சனம் கூடிவிடும். மினிஸ்டர் கடைசியில் தான் வருவார். மினிஸ்டர் வரும் போது சனம் முண்டியடித்து ஆர்ப்பரித்து அவரை வரவேற்கும். பட்டாசுகளை பெட்டி பெட்டியாக குவித்து அக்கினி குண்டம் போல கொழுத்தி விடுவர். சத்தம் காது கிழிய, பட்டாசு மருந்து வாசம் அந்த ஊரெல்லாம் மணக்கும்.

மினிஸ்டரை வாப்பாவும் இன்னும் சிலரும் தோளிலே சுமந்து மேடையில் கொண்டுபோய் விடுவர். மினிஸ்டர் மேடைகளில் படுகுஷியாகப் பேசுவார். அவர் பேச்சுக்கென்றே சுற்று வட்டாரத்தில் ஒரு ரசிகக்கூட்டமிருந்தது. அவன் வாப்பாவுக்கு பியூன் வேலை மினிஸ்டர் போட்டு கொடுத்திருந்தார். அந்த விசுவாசத்தில் கட்சித் தலைவரென்று அவன் வாப்பா பித்துப் பிடித்தபடி பேசுவார்.

***

பேட்டியை முழு சத்தமாக அவனது வீட்டு தொலைக் காட்சிப் பெட்டி கூவிக்கொண்டிருந்தது. தலைவர் அதிர அதிர பேசிக்கொண்டிருந்தார். வாப்பாவின் தோளிலிருந்து ரிமோட்டைக் கடித்தபடி அவனும் பார்த்தபடியிருந்தான். ஒரு நொடியாவது சேனல் மாறிவிடக் கூடாதென ரிமோட் பேட்டரியை ஏற்கனவே கழட்டியிருந்தார் வாப்பா.

"ஆயுதம் என்பது பலமல்ல, பணம்.."

தலைவர் இப்படி முழங்க காரணமில்லாமல் இல்லை. போர்நிறுத்த காலத்திற்கு பிறகான தமிழ் முஸ்லிம் இன முரண்பாடு இன்னும் ஒரு படி மேலே சிக்கலை வளர்த்துக் கொண்ட காலகட்டம். விடுதலைப் புலிகள் இயக்கத்திலிருந்து கருணா தரப்பு முரண்பட்டு வெளியேறிய காலத்தில் இந்த முரண்பாடு மீண்டும் தொன்னூறுகளின் அவலநிலைக்கு கொண்டு போய் விடுமோ என்ற அச்சம் முஸ்லிம்களிடம் இருந்தது. அக்கரைப்பற்று எல்லைப்பகுதியிலும் விவசாயி களிடத்தில் கிராமவாசிகளிடத்தில் ஒரு வகையான பதட்டம் இருந்திருந்தது. கருணாவின் எதேச்சதிகார இனவன்முறையும் சிறிலங்கா அரசின் ஆதரவும் தூங்கிய போதும் பலருடைய காதுகளை கூர்மையாக்கிவிட்டிருந்தது. அப்போதிருந்த பிரதமர் மகிந்தவின் விடுதலைப் புலிகளுக்கெதிரான நிலைப்பாடு தெற்கில் ஏற்படுத்திய அதிர்வலை, புலிகளோடு சமாதான உடன்படிக்கை செய்த ரணில் விக்கிரமசிங்கவுக்கு பெரும் தலையிடியாக இருந்தது. கடும் போக்குவாத மார்க்சிய கூட்டணிக் கட்சிகளின் நெருக்குவாரம் ஆட்சி மாறினால் இருக்குமென்று வியாபாரிகள் கூட கொழும்பிலிருந்து

சப்னாஸ் ஹாசிம்

ஓட்டம் பிடித்தனர். இந்நிலையில் தான் மினிஸ்டரும் மகிந்த கூட்டணியில் தேர்தலில் களமிறங்கியிருந்தார். இதனால் அவர் உயிருக்கிருந்த ஆபத்தை அறிந்தவரென்பதால் ஊரில் சொந்த வீட்டிலல்லாது நண்பர்கள், ஆதரவாளர்களின் வீடுகளில் மாறிமாறி தங்கும் வழக்கத்தை கொண்டிருந்தார். மகிந்த கூட்டணி என்பதால் புலி எதிர்ப்பு, பிரிந்த வடகிழக்கு என அவரது பிரச்சாரத்தொனி தமிழ் ஆயுதக்குழுக்களை ஆத்திரமூட்டியது உண்மை. தேர்தல் நாளுக்கு இன்னும் மூன்று நாட்கள் இருந்ததால் வாப்பாவும் நண்பர்களும் முற்றத்திலிருந்து வாக்குக் கணக்கு போட்டபடியிருந்தனர். தேர்தலன்றைக்கு வாகனங்களில் ஆட்களை வாக்குச்சாவடிக்கு ஏற்றுவது, வாக்களிக்க முடியாத வயதானவர்களையும் கூட்டிக் கொண்டு போய் தலைவருக்கு வெட்டச்சொல்வது, ஊரில் இல்லாத ஆட்களுக்கு பதிலாக கள்ள வோட்டு போட ஆட்களைத் தயார்படுத்துவது, தேர்தல் களத்தில் உள்ள கட்சி ஆட்களுக்கு சாப்பாடு, சிகரட் நேரத்திற்கு கிடைக்கும்படி பார்த்துக்கொள்வது, தலைவர் வரும் நேரத்தில் வாக்குச் சாவடியில் முன்னால் நின்று களத்தை கவனிப்பதென்று எக்கச்சக்கமான வேலைகள் இருந்தன. அப்போதுகளில் தேர்தல் முடிவுகளை அறிவிக்கும் தொலைகாட்சி நேரலை நிகழ்ச்சிகள் குறைவு. சுனில் செட்டியின் ஜங்கிள் இந்தி படத்தை தேர்தல் நாளிரவு விசேட படமாக விளம்பரப் படுத்தியிருந்தனர். அவனும் ஆர்வத்தோடிருந்தான். வாப்பா அப்போது பள்ளிக்கு போகத்துவங்கியது அவனுக்கே ஆச்சரியமாயிருந்தது.

“ஒண்டுமில்லாட்டியும் பரவாயில்ல, தொழுயாலும் பழக்கியிருக்கலாம். ஒங்குட உம்மா வாப்பா..”

என அவன் உம்மா, வாப்பாவை நக்கலடிப்பதுண்டு. வெள்ளிக் கிழமை மட்டும் குளித்து அத்தர் பூசி பச்சைத் தொப்பியோடு கிளம்பி விடுவார். அங்கு போய் வெளியில் கதைத்துக் கொண்டு திரியாமல் உள்ளே முன்னால் போய் இருங்கோ என்பாள் உம்மா. இப்போது வாப்பா ஐந்து வேளையும் பள்ளிக்கு போகிறார். தலைவர் இந்த முறையும் செயிக்க வேண்டும் என்று தான் போகிறார். அவன்

தெருவிலிருந்து கொஞ்சம் தெற்காக நடந்தால் ஒரு வளவு வரும். மாலையானால் மற்ற பிள்ளைகளோடு அவனும் விளையாட போவதுண்டு. இப்போது அவன் போவதில்லை. அவன் வாப்பாவை அடிபார்ட்டியென்று எல்லோரும் கிண்டலடிக்கிறார்களென்று அவன் போவதை நிறுத்தி யிருந்தான். அக்கரைப்பற்றில் ரவுடிகளுக்கு அடிபார்ட்டியென்று ஒரு விசித்திர நாமமுண்டு. நீ போய் சொல்லுடா நம்முட வாப்பா அடிபார்ட்டியில்ல பியூன் என்டு என அழுதவனை உம்மா சமாதானம் செய்வாள். ஒரு காலத்தில் தலைவருக்காக அடிதடியில் இறங்கிய பிள்ளைகள் இன்றைக்கு அரச இலாக்காக்களில் உத்தியோகம் பார்க்கின்றனர். ஆனாலும் அந்தப் பழிச்சொல் அவர்களை விட்டு நீங்காமல் நிரந்தர மாகவே தங்கிவிட்டது.

***

தேர்தல் நாளன்று காலையிலேயே வாடகைக்கு எடுக்கப் பட்ட வேன்களின் நடமாட்டமிருந்தது. வாக்குச்சாவடிக்கு வாப்பாவோடு பாடசாலைக்கு போகவும் உம்மா முதலில் பயந்திருந்தாள். எங்கே கொண்டு போறேள், எங்க பாம் வெக்கிறானெண்டும் தெரியா என உம்மா அச்சுறுத்தி இருந்தாள். வாக்களிக்கும் நிலையத்திற்கு என அம்புக்குறி காட்டப்பட்ட அறிவித்தல் பலகைக்கு பக்கத்தில் ஆயுதமேந்திய இரண்டு இராணுவத்தினர் கடமைக்காக நின்றிருந்தனர். கயிறு இரண்டு பக்கமும் கட்டப்பட்ட வரிசையில் வாப்பா வோடு அவனும் நின்றிருந்தான். வாப்பாவின் விரலில் மை பூசிய அந்தப் பெண் உத்தியோகத்தர் அவன் விரலிலும் தடவி விட்டார். வாக்குச் சீட்டை மடித்து அவனைத் தூக்கி பெட்டி யிலிருந்த இடவினுள் போடச்சொல்ல அவனும் உற்சாகமாக உள்ளே தட்டிவிட்டான். வாக்குச் சாவடிக்கு வெளியே பரபரப்பாயிருந்தது. பெஜீரோவிலிருந்து கறுப்பு பிஜாமாவோடு தலைவர் இறங்க ஆட்கள் அவரை சூழ்ந்து கொள்ள மெய்ப்பாதுகாவலர் விலக்கி வழிவிடும்படி தடுத்துக் கொண்டிருந்தார். ஏறுவெயிலில் தகதகவென்று சிகப்பாக மின்னிய தலைவரை அவன் வாப்பாவும் போய் கட்டித் தழுவினார். அவன் வாப்பா முன்னர் இருந்த இடத்தில்

இப்போது இளம் அடிபார்ட்டி ஆட்கள் சூழ்ந்திருந்தனர். ரத்தக்கண்களும் தடித்த வெள்ளிக் கழுத்துச் சங்கிலிகளோடும் அவர்கள் வெண்ணிற சேர்ட் அணிந்திருந்தனர். அவர்கள் வந்திருந்த வேனில் கட்சி நிறத்தாலான ஸ்டிக்கர் ஒட்டப்பட்டு தலைவரின் பெரிய படம் நான்கு பக்கமும் சிரித்தபடியிருந்தது. அவர்களை கண்டு அஞ்சுவதற்கொன்றுமில்லை. எதிர் காலத்தில் அரச இயந்திரத்தின் ஏதாவது ஒரு டயரை அவர்கள் உருட்டலாம். இந்த ரவுடிகளின் பின்னணி ஆபத்தானது. ஆயதக்கலாச்சாரம் விரவியிருந்த ஈழத்துச் சூழலில் தமிழர் ஆயுதக்குழுக்களுக்கு எதிராக முஸ்லிம் கிராமங்களில் எண்பதுகளின் ஆரம்பத்திலிருந்து ஊர் காவற்படைகள் இருந்து வந்தன. இவர்களுக்கு இருந்த அரச புலனாய்வுத்துறை ஆதரவினால் ஆயுதங்களும் பயிற்சிகளும் வழங்கப்பட்டிருந்தன. பிற்காலத்தில் அரசியல் நடவடிக்கை களுக்காக இதிலிருந்தவர்களையும் வேறு குழுக்களிலிருந்து விலகியவர்களையும் அரசியல் வாதிகள் உபயோகப்படுத்தி யிருந்தனர். அரசியல் ரீதியாக தனக்கு எதிரானவர்களை அடக்குவதோடு கொலைகளையும் செய்ய இந்தக் குழுக்கள் தயங்குவதில்லை. பிறகு ஐந்தாறு டீவிக்காரர்களுக்கு தலைவர் பேட்டி கொடுத்தபடி இருக்க அவன் வாப்பாவோடு கள வேலைக்காக வெளியேறிருந்தான்.

***

அன்றிரவு நிலவு நாளென்ற படியால் ரோட்டிலிருந்த லைட்டை அணைத்திருந்தாள் உம்மா. வீதிகளில் வாகன நடமாட்டம் சுத்தமாக இல்லாத பேய் அமைதியில் சருகுப் பூனைகளின் சரசரப்பு நன்றாகக் கேட்டது. பக்கத்து வீடுகளில் எரியும் லைட்டுகளைப் பார்த்து பரவாயில்லை எல்லோரும் விழித்திருக்கிறார்களென சிரித்துக் கொண்டபடி வறுத்த கச்சான், சோளம் பொறி, வறுத்த வடப்பருப்போடு டீவியின் முன்னால் குந்திவிட்டார் வாப்பா. வழக்கமாக படுக்குமறை யிலிருந்து மெத்தையை இழுத்து ஹாலில் போட்டு அவனையும் கிடத்தி விட்டாள். சுனில் செட்டியின் படம் துவங்கும் போது எழுப்பும்படி அவன் கண்டிப்பாக சொன்னதில் அவனை எழுப்பி தன்னோடு அணைத்துக்

கொண்டாள் உம்மா. உம்மாவை அணைத்தபடி கால்கள் இரண்டையும் வாப்பாவின் மேல் லாவகமாக தூக்கி போட்டபடி படம்பார்க்க தயாராகியிருந்தான். தேர்தல் முடிவுகளை சிங்களம் தமிழ் ஆங்கிலமென மூன்று மொழி களிலும் சொல்லி மீண்டும் திரைப்படம் போடத்துவங்க மீண்டும் ஒரு தொகுதி முடிவு வரும். இப்படியே மூன்று மணிநேரத்தில் அரைமணி நேரம் மட்டும் தான் படம் பார்க்க முடிந்தது. அவனும் சலித்தபடி நம்மூர் ரிசல்ட் வந்திட்டாவென நச்சரித்தபடியிருந்தான். கொஞ்ச நேரத்தில் வாப்பா பள்ளிக்கு கிளம்பினார்.

"கொஞ்ச நேரத்தில் ரிசல்ட் வந்திடும், இதுதான் தொழுறது கடைசியாக்கும்.."

என வாப்பாவை சீண்டினாள் உம்மா. என்ன தான் உம்மா சீண்டினாலும் வாப்பா கோபித்துக் கொள்வதில்லை. அவனுக்குத் தெரியும்; வாப்பாவுக்கு உம்மா விருப்பம். அவனுக்குத் தூக்கம் வரிந்து விழ எழுந்து குஷனை இழுத்து கூடுபோல கட்டி உள்ளே குந்தியிருந்தான். அடிவானில் மெல்ல ஏறிய வெண்மை ஏதோவொன்றுக்காய் காத்திருப்பது போலவிருந்தது. திடீரென கேட்ட டுமிரென்ற சத்தத்தில் அதிர்ந்து போக உம்மா வாசலை எட்டிப் பார்த்தாள். பள்ளி ஒலிபெருக்கியில் யாரோ அழுவது போல கேட்டது.

"பெரிய பள்ளியில பாம் அடிச்சிட்டாங்களாம்.."

தெருவில் கூக்குரலோடு ஆட்களும் வாகனங்களும் விரைந்த புழுதி வெளுத்த வெயிலில் கிளம்பியது தெரிந்தது. ரத்தங்கலந்த வெள்ளை சேர்ட்டுகளோடு அவர்கள் அவன் வாப்பாவை தூக்கிவந்தனர். ஹாலில் கிடந்த மெத்தை மீண்டும் அறைக்கே போனது. உம்மா அழுது கோலம் மாறியிருந்ததில் அவனுக்குப் பார்க்கவே பயமாயிருந்தது. கட்டிலில் அவன் வாப்பாவை குளிப்பாட்டிய சிவப்பு நீரை ஊஞ்சலிருந்த இடத்தில் குழிவெட்டி இறக்கிவிட்டிருந்தனர். வாப்பா பள்ளிக்கு போகும் போது பூசிய அத்தர் வாசம் நிரம்பித்தளுதளுத்தது. அன்று மாலை அவனை அவன்

வாப்பா நேற்று தூக்கியது போல இன்று யாரோ தூக்கி ஒரு பிடி மண் போடச்சொன்னார்கள். வாப்பாவை அடக்கிய இடத்தில் மினிஸ்டர் அவனை இடுப்பில் தூக்கிவைத்திருந்த படி உரக்கப் பேசினார்.

"நபீலை அடக்கியிருக்கிறோம். எனக்கு இப்போதும் நபீல் இடப்பக்கம் நிற்பதுபோல அவன் பாரம் என் இடுப்பை அழுத்துகிறது.."

# காவல்காரன்

ஜன்னலில்லாத மேல் அறையின் விரிப்பு மெத்தையில் அவன் படுத்த முதுகுப்புற இடவின் வியர்வைக்கோடு அழுந்தியிருந்தது. அழுக்காயிருந்த தலையணை உறையில் முகம் புதைத்த படி இருந்தான். ஏதோ கருகி மணக்கும் வாசனை கும்மென்று அடைத்த போது இதற்கு முன்னர் தெருவில் யாரோ கொதிக்கும் என்ஜின் எண்ணெயை ஊற்றிய நாய் துடிதுடித்த போது பொசுங்கிய மயிர்த்தோலின் வாசனை அவனுக்கு நினைவுக்கு வந்தது. ஜன்னலைப் பொருத்த அளவெடுத்து விடப்பட்ட கற்சுவரின் திறந்த பகுதியிலிருந்து காற்றுக்கு வெடவென ஆடுகிற துண்டுச் சீலையில் பல்லிகள் ஓடின. அவனுக்கு தெரிந்து அவனது பாடசாலை இலவச சீருடைக் கால்சட்டைத்துணியது. அவன் உம்மாதான் மிச்சமாகக்கிடந்த துணியை காலை வெயில் தெரியாமல் சுருண்டு படுக்காதேயென்று கட்டி விட்டிருந்தாள். டேபிள் ஃபேனும் கழுவாத தேநீர்க் கோப்பையுடன் சிகரட் பெட்டியின் உள்ளே பாதி திறந்த ஈயத்தாளில் சிந்திய புகையிலைத்துருவல்களும் மெத்தையும் மட்டுமிருக்கும் பூச்சிடாத அறையில் குண்டு பல்பு ஒரு மூலையில் வயரோடு தொங்கும். செருப்பு சோடி கிடக்கும் மூலையில் தும்புத்தடி தேய்ந்த மீதி தும்புகளைப் பொறுக்கி கூடு கட்ட காகம் நடந்து வரும். அவன் தங்கைக்கு திருமணமானதில் மச்சானுக்கு அசௌகரியமாயிருக்குமென்று

மேல் தட்டில் இருந்த ஒரே அறைக்கு தகட்டுக் கதவொன்றை மாட்டி செட்டிலாகியிருந்தான். கீழே நின்ற முருங்கை மரத்தின் கிளைகள் மின்சார வாரியத்திடமிருந்து தப்பி மேல் தளத்துத் தகட்டுக் கதவை மூடி செறிவாய் வளர்ந்திருந்தன.

அவன் தெருவில் இரவில் மாட்டுப்பட்டியொன்றை யாரோ சாய்த்து மேய்த்துச் செல்லுகிற காலடிச்சத்தங்கள் நெருங்கி வருவது போல அவனுக்குக் கேட்டன. பட்டியென்றால் இருநூறு மாடுகளாவது இருக்கும். ஒன்றை ஒன்று நெருக்கி மோதுவதும் கத்துவதும் காதைப்பிளக்கும். இதற்கு முன்னரும் பலதடவை கேட்டதுண்டு. இம்முறை மணிச்சத்தம் கிண் கிண்ணென்று காதைத்துருத்தின. மாடொன்று வீதியோரம் மண்டியிருக்கும் புல்லை எப்போதாவது தின்ன வருவதையே ஆர்வத்தோடு பார்க்கிற நகர்ப்புற தெருவில் இரவில் யாரும் மாட்டுப்பட்டியை சாய்க்க வாய்ப்பே இல்லை. மாட்டுப் பட்டிகளைப் பார்க்க வயல்புறமாக பல மைல்கள் செல்ல வேண்டிய ஊரில் இரவில் எப்படி ஒரு பட்டியும் மேய்ப்பனும் ஹேய், ஹ¬ வெனும் அவன் விரட்டலும் கேட்க முடியும். காலை எழுந்து பார்த்தால் மாட்டுச்சாணியோ கால்தடங்களோ எதுவுமே இருக்காது. இம்முறை அவனுக்கு நடுக்கம் அதிகமாகி தெரிந்த குர்ஆன் வசனங்களை ஓதியபடியிருந்தான். பட்டி தொலையக்கேட்டதும் ஜன்னல் சீலையை உதறி கீழே பார்த்தான். காற்று வீசாத நிலவு நாளில் தெருச்சந்தி மட்டு மல்லாது மற்றைய ஒழுங்கைகளும் அழகாகத் தெரிந்தன. நயிமாவின் பொது மதிலுக்கு அப்பால் பூனைகள் வரிசையாகப் படுத்திருந்தன. தெருச்சந்தியிலிருந்து தொங்கும் மின்விளக்கின் மேல் தொங்கவிடப்பட்ட பழைய இறப்பர் கலனின் மேல் ஒரு காகம் நிற்பதைப் பார்த்தான். வழக்கமான காகங்களை விடவும் அளவில் பெரியதாயிருந்த அந்தக் காகத்தின் கண்கள் சற்று பிரகாசிப்பது தெரிந்தது. கொஞ்சம் கொஞ்ச மாக எங்கிருந்தோ வந்த நாய்கள் கூட்டம் கூட்டமாக அமைதியாக கீழே சுற்றி நின்று அந்தக்காகத்தையே பார்த்து நின்றன. சிறியதும் பெரியதுமாக கிட்டத்தட்ட அக்கரைப் பற்றிலிருந்த எல்லா நாய்களும் கூடிவிட்ட தெருவை விறுவிறுக்க சிமிட்டாமல் பார்த்தது மட்டும் தான் நினை விருந்தது. காலையில் முகம் கழுவும் போது அவன் உம்மாவும்

ஏதோ வழக்கமான சங்கதி போல அது காவல்காரன் டா தம்பி என்று விட்டுவிட்டாள். அவனுக்குத் தெரிந்து அந்தத் தெரு திரும்பி சந்தியில் ஒரு ஒழுங்கையோடு முடியும் இடத்தில் பெரிய வளவு உண்டு. இரவு நேரத்தில் சத்தங்கள், ஊளைகள், பெண் முனகல்கள் எனக் கேட்பது சாதாரணம். தெரு திரும்பும் இடதிலிருந்து முதல் இருவீடுகளும் ஒரு காலத்தில் ஒரே பெரிய வளவாக இருந்த போது பரிசாரியால் காவலிடப்பட்டிருக்கின்றன. மந்திரங்களை அச்சிரத்தகட்டில் எழுதி போத்தலில் போட்டு நான்கு மூலைகளிலும் புதைத்து விடுவதாக பெரியவர்கள் சொல்லக்கேட்டிருக்கிறான். அப்படி காவலிடப்பட்ட வளவுகளைத் தீய சக்திகளோ சூனியமோ செய்வினையோ அண்டாது. இரவு நேரங்களில் அந்த வளவுகளில் வெள்ளை பெனியன், சாரம் உடுத்த பெரியவர்கள் நிற்பதைப் போல உருவங்களைப் பலரும் கண்டிருந்ததாகச் சொல்லியிருப்பர். அப்படி காவலிடப்பட்ட வளவுகள் உள்ள இடங்களில் அதற்குப் பக்கத்து வீடுகளில் இப்படியான மாட்டுப்பட்டி சத்தம், மாட்டுவண்டில் சத்தம், சைக்கிளை மிதிக்கிற சத்தமெல்லாம் கேட்பது வழமையா யிருக்கும். காவல் செய்த வளவுகளிலிருந்து பக்கத்து வளவு களுக்கு இரவு நேரத்தில் கல்லும் மண்ணும் வீசப்படுவது அடிக்கடி நடக்கும்.

"மசாகினாத்தாட்ட நம்முட தகட்டு பெரல் கெடக்குது. கண நாளாய் பெய்த்து, அவ வாங்கிட்டு போய். போய் வாங்கிட்டு வாடா தம்பி.." உம்மா அவசரப்படுத்தினாள். வேலை கிடைக்குமட்டும் இத்தியாதி ஏவல் சேவைகள் இருக்கத்தான் செய்யுமென்று கிளம்பினான். மசாகினாவின் பழைய வீட்டில் அவள் உம்மா வெளி விறாந்தையில் காலாற சாய்ந்திருந்தாள். வயது மூப்பில் மெலிந்து ஒரு குழந்தையாய் மாறியவளைக் கண்டதும் பாவமாயிருந்தது. முன்னரெல்லாம் சாந்தா மாமிட்ட பால் பழம் குடிக்க ஆர்வமாகப் போவான். விறாந்தையில் வரிசையாக குடிக்க பிள்ளைகள் அமர்ந்திருப்பர். பிறந்து இறந்த குழந்தைகளின் ஞாபகார்த்தமாக தேங்காய் பால், பவுடர் பால், வாழைப் பழம் ஈச்சம் பழம் கலந்து பால் பழம் டம்ளரில் குழந்தைகளுக்கு கொடுப்பர். குடிக்கும் பிள்ளைகளின் முகத்தில் இறந்த பிள்ளைகளின் சிரிப்பை

காணமுடியும் போல அந்தத் தாய்மார்களுக்கு. ஆறு பிள்ளை பிறந்து இறந்து ஏழாவதாக மசாகினா பிறந்த கதை அவனுக்குத் தெரியும். சாந்தா மாமியிடம் பேச்சுவாக்கில் காவல்கார சங்கதியையும் கேட்டுப் பார்த்தான். சுருங்கிய வெள்ளைத்தோலோடு மாமியின் கைகளைத் தடவியபடி மாமியிடம் நயீமாவின் வளவுக்கு ஏன் காவல் போட்டார் களென்று கேட்டான். வெள்ளைப்புடவையிலிருந்து நடுங்கிய குரலில் சாந்தா மாமி சொன்னதைக் கேட்டான். நயீமாவின் மூத்தப்பா மம்மாதம் பொடியார் ஒரு பரிசாரி. அந்தக் காலத்தில் செய்வினை செய்வது, குறி பார்ப்பது, அங்கம் ஏவி ஆளைக் கொலை செய்வதெல்லாம் பிரபல்யமாம். வாழை மடலில் மல்லிகைப்பூ, செப்புச்செம்பு, சோளம் பொறி, வாழைப் பழம் வைத்து மடைவைத்து மந்திரமோதி உருவேற்றி அங்கம் ஏவினால் அது நெருப்புப் போல ஏவிய வரைத்தேடிப் போய் கொல்லுமாம். சும்மா இருந்தவரை அங்கம் ஏவிக்கொன்றுவிட்டார்களென்று தெருவுக்கு ஒரு ஆளாவது அப்படி இறந்தவர்கள் இருக்குமாம். இப்படி ஏவுவது அங்கம் பண்ணுவதெற்கென்று நெடியவன் என்று ஒரு பரிசாரி அப்போது படுபிரபல்யம். அதிலும் பெண் வசியத்தில் ஆள் உத்தரவாதம் எப்போதும் தவறியதில்லை. வசியம் பண்ணவேண்டிய பெண் உபயோகப்படுத்திய துணியில் குங்குமப் பூ மையால் மந்திரத்தை எழுதி வெண் குங்கிலிய தூபம் போட்டு அந்தத் துணியால் ஒரு விளக்குத்திரியை உருவாக்குவார். அந்த விளக்குத்திரியாலான அகல் விளக்கை ஆலிவ் நெய்யூற்றி எந்தப் பெண் யாருக்கு வசியவேண்டுமோ அதை மெதுவாக உச்சரித்தவாறு இரவு நேரத்தில் அவள் தூங்கிய போது விளக்கேற்றி வரவேண்டும். திரி முழுதாக எரிந்து முடியும் வரை இதை செய்ய திரியின் நூல் முடிவதற்குள் ஆள் வசியமாகிவிடுமாம். அந்தக் காலத்தில் இப்போதிருக்கும் அக்கரைப்பற்று போல சனத்திரள் இல்லை. குறுகிய சந்துகளோ நெருங்கிய வீடுகளோ இருக்கவில்லை. போடியார்களின் பண்ணைகளுக்கு மம்மாதம் பொடியார் காவலிடுவதும் தொழில் பொறாமையில் வேறு யாராவது நெடியவனைக்கொண்டு காவலை வெட்டுவதும் அடிக்கடி நடப்பதுண்டு. நெடியவனும் அவர் மருமகனான திருஞானமும் மம்மாதம் பொடியாருக்கு

தொல்லை கொடுத்து வந்ததை காவல் போட்டு மறுநாளே வளவுகளின் மூலைகளில் இறந்து கிடக்கும் நீல நிறமான பெரிய காகங்கள் கட்டியம் கூறின. இவர்களுக்கிடையான போட்டியை ஊரிலிருந்த போடியார்மார்களே தூண்டி விட்டனர். காலம் போகப் போக மம்மாதம் பொடியாரின் காவல் பலமற்றுப் போனதாக மக்கள் எண்ணத்துவங்க நொந்து போன அவர் தன் வாழ்நாளில் கற்ற முழு வித்தைகளையும் தாந்திரீகத்தையும் கொண்டு தானிருந்த வளவையே வலுவாக காவல் பண்ணினார். மறுநாளே இறந்தும் போனார். இந்தக் காவலை வெட்டவென நெடியவனும் திருஞானமும் எவ்வளவோ முயற்சி பண்ணிப்பார்த்தனர். ஆயிரத்து நூற்றி இருபத்தாறு மஹா தெய்வங்களின் மந்திர யந்திர மூலிக ஆவாஹனத்தையும் அதன் அதிசக்தி வாய்ந்த அஞ்சன மகா மந்திர வித்யையையும் ஏவிப்பார்த்தனர். நயிமாவின் வளவைத்தாண்ட முடியாமல் உருவேற்றம் பண்ணியதெல்லாமே அலைந்து திரிந்தன. இன்றும் திரிகின்றனவென சாந்தா மாமி சொன்ன கதைகள் அவனை துன்புறுத்தின. மம்மாதம் பொடியாரின் காவல் காரனை பார்த்து விடுவதென்று இரவெல்லாம் காத்திருந்தான். இறைச்சி கழுவிய தண்ணீரை வாளியில் வைத்து ஜன்னலோரம் ஒட்டுக்கேட்டு யாராவது குடிக்கிறார்களா எனப் பார்த்தான்.

பெரிய காகங்களோ வெள்ளை பெனியனோ எதுவுமே தென்படவுமில்லை. இப்போதிருக்கும் பரிசாரிகளைப் போய் பார்த்தான். அவர்கள் மூலிகை பவுடர்களோடு தேன் தடவிக் கொடுக்கிற ஆசாமிகளாகவிருந்தனர். வேறெந்த சரக்குமில்லை. சாகாமத்தில் யாரோ ஒரு சாமியார் இருப்பதாக கேள்விப் பட்டுப் போனான். சங்கமன்கண்டியில் கருநாக்கு கிழவியிடம் கேட்டுப் பார்த்தான். கதிர்காமம், ஜெய்லானி, புங்குடுதீவென்று நாடெல்லாம் சுற்றினான். அவர்கள் சொன்னதெல்லாம் ஒன்று தான். அவனுக்கு ஆபத்தில்லாத வரை அவன் அதை தேடுவதோ வெட்ட முயற்சிப்பதோ கூடாதென்பதைத் தான் எல்லோரும் சொல்லியிருந்தனர். அன்றைக்கு மின்விளக்கில் காகத்தின் வடிவில் உருவேற்றி இருந்ததை காவல்காரனின் உத்தரவுப்படி நாய்கள் குழுமி விரட்டியதாய் நம்பினான். காவலை வெட்டப் போனால் காவல் காரனை பார்த்து

விடலாம் எனத்தேடினான். மாந்திரீக தாந்திரீக முறைகளை பயின்று செய்து பார்த்தான். வீட்டில் சாப்பிடாமல் பச்சத் தண்ணீர் கூடக்குடிக்காமல் சடைவளர்த்தான். அவன் உடம்பில் வெண்குங்கிலிய வாசமடித்தது. குதிரை லாடத்தின் குறியீட்டை தகட்டுக் கதவில் எழுதி வைத்தான். இவன் போக்கை கண்ட தங்கையின் கணவர் ஒரு நாள் இவனை விரட்டி விட்டார். இவனால் தனக்கும் பிள்ளைகளுக்கும் கெடுதல் வந்துவிடுமென்று அஞ்சினார். உம்மாவாலும் எதுவும் செய்ய முடியவில்லை. அவள் அழுதாள். 'ஆபத்து ரொட்டி' சுட்டு நோன்பிருந்தாள். அவன் போக்கு மாறவே இல்லை.

***

சங்கமன்கண்டியில் புதிதாக வந்த பரிசாரியைப் பார்க்க காலையிலேயே சனம் குவிந்துவிடும். பரிசாரி அறைக்கு வெளியே கிரவல் மண் போட்டு உயர்த்திய தகட்டுக் கொட்டிலில் வரிசையாகக் கதிரையில் பலரும் காத்திருந்தனர். வெட்ட வெளியான காட்டுப்பகுதியில் உயர்ந்த மரமொன்றை ஒட்டியே பரிசாரியின் அறை இருக்கும். வெளியிலிருந்து பார்ப்பவர்களுக்கு பரிசாரி நடமாடுவதோ குளிப்பதோ தெரியாதவாறு பற்றை வளைத்து மண்டியிருக்கும். பரிசாரி வளவுக்குள் குறு ஆட்டுப்பட்டியும் நான்கைந்து கோழிகளும் மேயும். தண்ணீர் குடிக்க வைக்கப்பட்ட பெரிய தாங்கியின் கீழே தேங்கிய தண்ணீரைக் குடிக்க கீரிப்பிள்ளை நரியெல்லாம் ஆள் நடமாட்டம் இல்லாத நேரங்களில் வந்து போகும். அந்த உயர்ந்த மரத்தில் எப்போதும் ஒரு பெண் மயில் இருப்பதை பரிசாரியின் சக்தியென பலரும் நம்பத்துவங்கினர். வெயில் ஏறிய மஞ்சளில் கண்கள் சுழன்ற மயக்கத்தில் தன் மகனுக்காக உம்மா வந்திருந்தாள். மகன் போய் பதினொரு வருடமாகிவிட்டது. அவன் இருக்கிறானாவென்றே தெரி யாததில் அவள் என்னவெல்லாம் செய்து தேடிப்பார்த்தாள். திக்வெல்லையில் வாப்பாவின் கூட்டாளி வீட்டுக்கு, மாதுறு ஓயாவில் இளையம்பி மாமா வீட்டுக்கு ஆள் அனுப்பி தேடிப்பார்த்தாள்.

"இளயம்மாட ஓடிப்போன பொடியன் எங்கயாம்டி", என அவள் காதுபட பலரும் பேச ஆரம்பித்தனர். மகனைத் தேடி

குறி பார்க்கலாமென்று சங்கமன்கண்டி வரை வந்திருந்தாள். எண்பத்தி நாலாம் நம்பராம். இப்போது தான் பதின்மூன்றாம் ஆள் உள்ள போயிருக்கிறதாம். கேட்டுத் தெரிந்து கொண்டாள். அங்கு வசியம் பண்ண, செய்வினை வைக்க, தாயத்து கட்ட, தந்திரக் கட்டு கட்டி பணம் வசியம் செய்ய, ஏவல், திருஷ்டி, சூனியத்திலிருந்து விலகவென பலரும் அங்கு வந்திருந்தனர். இளையம்மாவின் நேரம் வரும் போது உள்ளே இருந்த ஒரு ஆள் வெளியே வந்தான். பெரும்பாலும் பரிசாரிக்கு சேவகம் செய்கிற அஸிஸ்டென்ட் ஆக இருக்கலாம்.

ஒங்கொள பரிசாரி பாக்க மாட்டாராம். ஒங்க மகனோட எண்ணம் நிறைவேறினதும் அவரே ஒங்கொள தேடி வருவார். போய் வாங்கோ" என அடுத்த இலக்கமான எண்பத்தி ஐந்தை சத்தமாக சொன்னார்.

"வாப்பா, எண்ட மகன் எங்க எண்டு சொல்லுங்க மன, எண்ட சீதேவி, அவன கண்டுபுடிச்சி குடுங்க மன"

என உம்மா அழுதபடி வெளியேறியதை அவன் அறைக் குள்ளிலிருந்து கேட்டுக்கொண்டிருந்தான். தாந்திரீகத்துக்காக சங்கமன்கண்டியை தேர்ந்தெடுத்ததற்கும் ஒரு காரணம் இருந்தது. சங்கமன்கண்டியில் பெருங்கற்கால நாகர்களின் வழிபாட்டுத்தலங்களும் கல்லறைகளுமிருந்தன. பாறைகளில் குடையப்பட்ட நேர்த்தியான குழிகளில் ஆங்காங்கே தெரியும் நடுகற்களில் பூக்களை வைத்து வழிபாடுகளை செய்தான். கறுப்புக் கோழி, வெந்தயம் அகில் துபம் வைத்து சடங்கு செய்தான். கி.மு மூன்றாம் நூற்றாண்டுகளில் வாழ்ந்த தமிழ் பேசிய நாகர்களின் ஈமத்தலங்களில் பிற இடங்களிலும் உலாவும் அதிஅற்புதமான மறைசக்திகளை திரட்டி மம்மாதம் பொடியாரின் காவலை வெட்டுவதையே எதிர்பார்த்திருந்தான். முஸ்லிம் தாந்திரீகத்தை இப்போது யாரும் நம்புவதில்லை. அதனால் அதனை செய்பவர்கள் அரிதாகிவிட்டிருந்தனர். அவனோ எல்லா மாந்திரீகத்தையும் கற்றுத் தேர்ந்தான். மகம் நட்சத்திரமும் பூராடன நட்சத்திரமும் பொருந்தி வரும் மகாமகம் பன்னிரெண்டு ஆண்டுகளுக்கு ஒரு முறை வரும். அந்நாளை காவல் வெட்ட குறித்திருந்தான்.

***

முன்னரைப் போல தெருவில் நாய்கள் நடமாட்டம் இருக்கவில்லை. மணல் தெருவாய் இருந்த இடம் கொங்கிறீட்டு தெருவாக மாறி இருமருங்கிலும் நீர்தேங்கி பாசி ஏறியிருந்தது. வீட்டை எட்டிப் பார்த்தான். முருங்கை மரத்தை வெட்டி விட்டார்கள். குதிரை லாடமோ தகட்டு கதவோ இல்லாமல் மேல் தளம் முற்றாக மாறி அறைகள் முளைத்திருந்தன. நயிமாவின் வளவை பார்க்காமல் கிழக்கு பார்த்து ஒரு செங்கல்லால் ஒரு குறியீட்டை வரைந்தான். இரண்டு பெரிய கோடுகள் கிழக்கு மேற்காக வடக்கு தெற்காக வரைந்து மேற்கு முனையில் ஒரு தளம் வரைந்துவிட்டான். மற்றைய எல்லா முனையிலும் வட்டமொன்றை வரைந்து மாட்டுக் கண்களை அதில் வைத்து மேற்கு தளத்தில் அமர்ந்து கொண்டான். கறுப்புக் கோழியொன்றை மகாமகத்தின் நட்சத்திரத்தைப் பார்த்து அறுத்து கோடுகள் இடைவெட்டும் நடுவில் வைத்தான். ஒலிவ் குப்பி விளக்கை கையில் ஏந்தி மந்திரத்தை உச்சாடனம் செய்ய ஆரம்பித்தான். யாரோ அலறுகிற, பெண் முனகுகிற சத்தங்கள் கேட்டன. பெரிய காக்கைகள் தாழப்பறந்து வட்டமடித்தன. உச்சாடனம் சத்த மாக ஆரம்பித்ததும் காக்கைகள் தலையக்கொத்தவும் உடலை நகத்தால் விறாண்டவும் செய்தன. உச்சாடனத்தை நிறுத் தாமல் எலுமிச்சை இரண்டு வெட்டி குப்பி விளக்கின் மேல் பிழிந்தான். மந்திரத்தை ஓதினான். கால்தடங்கள் கேட்டன. காவல் வெட்டுவதை குழப்ப எதுவேண்டுமானாலும் நடக்கு மென்று அறிந்திருந்தான்.

“வாப்பா, சீதேவி, வா மன வீட்ட. நமக்கு இதுகள் தேவல்லடா தம்பி..” என உம்மாவின் குரல் கேட்டது.

“மச்சான், என்ன மன்னிச்சு ஊட்ட வாங்கோ, தங்கச்சி அழாத நாளே இல்ல..” என மச்சான் கெஞ்சுவது போலக் கேட்டது.

“மகன், தங்கம், என்ட மௌத்தான புள்ளைல ஒண்ட போலத்தான் நீயும். இதுகள உட்டுப்போட்டு வா ராசா..”

சாந்தா மாமி தூரத்தில் கூப்பிடுவது கேட்கிறது. மாட்டுப் பட்டி கலைந்து நாலாபுறமும் விரண்டோடுவது போல

காலடிச்சத்தங்களால் நெருக்குவாரப்பட்டு மோதுவதை உணர்ந்தான். வட்டங்களில் வைக்கப்பட்ட மாட்டுக்கண்கள் சுழல ஆரம்பித்தன. மந்திரத்தை விடாது சொல்லச்சொல்ல காக்கைகள் கொத்தி ரத்தம் சொட்டியது. மயக்கம் போல மல்லாந்து விழுந்தான். அவனை எட்டிக்கடந்து வெள்ளைப் பெனியனோடு காவல்காரர்கள் வெளியேறுவதை பார்த்தான். காவல் வெட்டப்பட்டதற்கு சாட்சியாக காக்கைகள் இறந்து விழுந்தன. மாட்டுக்கண்களிலிருந்து கறுப்பாக ஏதோ கருமுழி போல கசிந்தது. கடைசியாக வெளியேறிய காவல்காரன் சாயலில் அசலாக மம்மாதம் பொடியாரைப் போலவிருந்தான். அவன் சொன்னதைப்போல காவலை வெட்டி விட்டே வீட்டுக்குப் போனான், ஆனால் பிணமாக. ●

# பிரேமகலகம்

நாவாந்துறை ஐசு ஃபெக்டரிக்குப் பக்கத்தில் யாழ்ப்பாணம் பொன்னாலை - பருத்தித்துறை வீதியில் ஒரு வளவில் வீடுடைத்த பழைய கற்துண்டுகளை ஒரு ட்ரக்டர் கவிழ்த்த சத்தத்தில் மின்வடத்திலிருந்த காக்கைகள் கூட்டமாக கரை யேற செக்கல் செம்மஞ்சளில் கடலில் இறால் பிடிக்கிற மீனவர்களின் லாம்புகள் குறையும் சூரிய வெளிச்சத்தை தங்களுக்குள் பிரித்துக்கொண்டன போலவிருந்தது. புனித மேரி சேர்ச்சிலிருந்து நீல வளைவு போன்ற வாயிலிலிருந்து வண்ண நிறச்சட்டைகளோடு சிறுமியர் வரிசையாக கலைந்து சென்றனர். இருள் சூழ்ந்த பின்னும் கால்பந்தாடும் புனித மேரிஸ் வீரர்களில் சட்டையணியாத வீரர்களின் வியர்த்த முறுக்கேறிய மேனி பளபளப்பதும் பந்தை கிண் கிண்ணென்று அடிப்பதையும் மைதானக் கோட்டுக்கு வெளியே பந்து ஓடும் திசையோடு நாய்கள் சில ஓடுவதும் அவனுக்கு இங்கிருந்தே நன்கு தெரிந்தது. ஐசு ஃபெக்டரிக்குப் பக்கமாக நிறுத்தப்பட்ட மீன் வண்டிகளிலிலிருந்து ஒழுகிய கழிவு நீரை பூனைகள் நக்கின. எப்போதாவது ஓய்வான மாலையில் நாவாந்துறைக்கு சைக்கிள் மிதிப்பது அவன் வழக்கமாயிருந்தது. மீன் பிடிக்கும் எளிய மக்களோடு அந்தச் சூழலும் புலால் வாசனையும் கடலிலிருந்து வரும் புதுக்காற்றும் பிடித்திருந்தது. சென். மேரிஸில் அவனுக்குக் கிடைத்த புதிய சிநேகிதங்களும் உபசரிப்பும் புத்துணர்ச்சியாகவிருக்கும் அவர்களின் சிரிப்பும் அவனைக் கட்டிப் போட்டிருந்தது.

“படிக்க வந்த நீங்களோ?” எனக் கேட்கும் இசையிலும்,

“ஐந்து சந்தியெண்டால் முஸ்லிமே?” எனப் புருவமுயர்த்தும் பெண்களிலும் அவனுக்கு ஈர்ப்புண்டாகியது. அதைவிடவும் சென் மேரிஸின் கால்பந்தாட்டத்திற்கு அவன் ரசிகனானது தான் அவனை அவ்வப்போது அங்கு செல்லத்தூண்டியது. யாழ்ப்பாணத்திற்குப் படிக்க வந்த புதிதில் அவனுக்கு அந்த பூகோள அமைப்பையும் மனிதர்களையும் புரிந்து கொள்ள சிரமமிருந்தது. யாழ்ப்பாணம் என்றால் சைக்கிள்தான். ஆண், பெண், சிறியவர், பெரியவர் என சைக்கிளோடே சுற்றுவர்.

“சோனகர்த் தெருவில இது பச்சைப் பள்ளி, அங்கால ஒஸ்மானியா கொலீஜ் கிட்ட வெள்ளப்பள்ளி, நாவலர் ரோடு நெடுக போனா நாவாந்துறை. அது ஃபுல்லா கிறிஸ்டியன் ஏரியா” என வழக்கமான அறிமுகமொன்று அவனுக்கும் கிடைத்தது. அவன் தங்கியிருந்த அறைத்தொகுதியில் அவன் சீனியரென்றாலும் பிறகு வந்த எவரும் அவனின் அப்படி எந்த அறிமுகங்களையும் கேட்கவில்லை. அவன் வகுப்பு களெல்லாம் நாவலர் ரோட்டிலும் கேகேயெஸ் ரோட்டிலும் தான் இருந்தன. பெரும்பாலும் ஐந்து சந்தி தாண்டியே டவுனுக்கும் கோட்டைக்கும் சந்தைக்கும் கடைகளுக்கும் நல்லூர், திருநெல்வேலி என ஊர் சுற்றவும் செல்லவேண்டி யிருந்தது. வகுப்புகளில் பக்கத்தில் அமரும் எந்த சராசரி யாழ்ப்பாணவாசியும்,

“ஐந்து சந்தியோ, அது கொஞ்சம் அப்படி இப்படி எல்லோ” என கேட்காமலிருப்பதில்லை. உண்மையில் ஐந்து சந்தியைச் சுற்றிய பகுதி குழு மோதல்கள் அடிக்கடி நடக்கிற இடமாக, மாவா, ஐஸ் போதைப்பொருள் மையமாக இருந்தது. இடைக்கிடை இருக்கும் உள் சந்திகளில் அனுமதி பெற்ற மாவாக்கூண்டுகளில் கீழுதட்டுக்கும் நாசிக்குமிடையில் வைக்கிற ஒரு வகை கடும் கபில பொட்டலங்கள் கிடைக்கும். பெரும்பாலானோர் இரும்புத் தொழிலோடு தொடர்பு பட்டவர்களாய் நிறம் பூசிய தலைமுடி, பெரிய கழுத்து சங்கிலிகள், பழைய டூ ஸ்ட்ரோக் ஆட்டோக்களோடு சுற்றி வந்தனர். சில இரும்புகடைகளில் பழைய கார்களின் கேசிங்

மட்டுமே எடுத்துக் கொள்ளுமளவு இருந்தது. பழைய கார்களின் கேசிங் தகடுகளைத் தட்டி தட்டை போல பனைமர உயரத்திற்கு அடுக்கி வைத்திருப்பர். ஒஸ்மானியா கல்லூரி பின்புறம் பொம்மைவெளி என்ற பகுதி இருக்கும். பெயருக் கேற்றாற்போல் தகட்டுக் குடில்கள் இருக்கும். பீர்ப்பாய் தகடுகளையும் சில வீடுகளில் கார் கேசிங் தகடுகளும் வேயப் பட்டிருக்கும். பொம்மைவெளியில் எப்போதாவது வரும் கொழுத்த முஸ்லிம் வர்த்தகர்கள் காணிகளை பெருவாரியாக வளைத்து போட்டிருந்தனர். அடிக்கடி பொலீஸ் ஜீப்புகள் ரோந்து போவது வழக்கமாயிருந்தது.

வெள்ளிக்கிழமை பள்ளிக்குத் தொழவரும் போதுதான் அவர்கள் முஸ்லிம் எனத் தெரியும் வகையறாவில் பலர் சுற்றித்திரிந்தனர். போருக்கு பின்னர் மீள் குடியேறிய ஒரு பகுதி முஸ்லிம்கள் செறிவாக வாழும் பகுதி என்பதால் சந்திக்கு சந்தி இருந்த பள்ளிவாயல்களில் பாங்கோசை மட்டும் நாலாபுறமும் எதிரொலிக்கும். நல்ல முஸ்லிம் ஹோட்டல்கள் நிற நிற ட்யூப் பல்புகளோடு பெரிய ஒலி பெருக்கிகளோடு கண்கவர இரவு நேரங்களில் ஜொலிக்கும். இறைச்சிக் கறியோடு நல்ல பிட்டுத்தின்ன இரவானால் சைக்கிள்கள் அலைமோதும். அந்தக் கடைகளில் கிடைக்கும் குடல் பொரியலுக்காகவே ஐந்து சந்தியை மன்னித்து விடும் மனப்பாங்கு இருந்தது போல.

பிறை வடிவங்கள், 786 இலக்கம் பொறிக்கப்பட்ட பழைய வீடுகள், அப்படியே நெருக்கமாகவிருக்கும் ஒழுங்கைகள், உடைந்த பல வீடுகளில் அகலமான சுவர்களில் வளர்ந்த ஆலமரங்கள் எனத் துயரங்களின் சாட்சியங்கள் அப்படியே இருந்தன. இடைக்கிடை நடக்கும் வெள்ளை மணல் பள்ளி வாயல் கந்தூரிக்குத்தான் பழைய யாழ்ப்பாண முஸ்லிம்கள் என்கிற பெரிய முதலாளிகள் நடமாட்டத்தை வாகனங்களின் உறுமலை காணமுடியும். ஆனால் புலிகள் வெளியேற்றுவதற்கு முன்னர் வரை, ஒஸ்மானியா மைதானத்தில் எல்லோரையும் அழைத்து இப்படியே வெளியேறுங்கள் எனத் துரத்தப்படும் வரை, பழகிய பழக்கத்திற்காக தான் உயிரோடு அனுப்புகிறோ மென்ற கடும் தொனி வரும் வரை யாழ்ப்பாண முஸ்லிம்கள்

செழிப்போடே வாழ்ந்திருக்கிறார்கள். ஏழாம் எட்டாம் நூற்றாண்டுகளிலிருந்து இவர்களின் பூர்வீகம் தொடங்குவதாக நம்பப்பட்டாலும் எண்பதுகளில் ஏறத்தாழ பத்து சதவீதம் முஸ்லிம்கள் யாழ் நகரில் வாழ்ந்திருக்கின்றனர். போர்த்துக்கீச காலத்தில் நாடுமுழுவதும் இருந்த முஸ்லிம் வெறுப்பினால் யாழிலும் கல்வி தொழில் உரிமைகள் மறுக்கப்பட கைத்தொழில் மட்டுமே அவர்களின் தேர்வாகவிருந்தது. ஆனாலும் பொலிவோடு பிற்காலத்தில் அதுவும் எண்பது களிலேயே ஃப்ரிஜுகளில் சாராயக்கேஸுகளை வைத்திருந்த தாக பச்சைப் பள்ளி மௌலவி அவனிடம் சொன்ன ஞாபகம். ஆனாலும் அவனோடு அவன் நண்பர்களுக்கும் நாவாந்துறை பக்கம் போகிற எந்த வழக்கமும் தேவையும் இருக்கவில்லை.

"அங்காலை அடிக்கடி ஃபுட்பால் மேட்ச் நடத்துவினம், சனங்கள் போகுங்கள்" எனப் பக்கத்து ஒழுங்கை கமலாவின் மளிகைக் கடையில் வைத்து இன்பம் எப்போதோ சொல்லி யிருந்தாள். இன்பம் அவன் தங்கியிருந்த வீட்டின் முன்பிருந்த வீட்டில் வாடகைக்கு இருந்தவள். இரவு நேரங்களில் அவள் வீட்டுக்கு பெரிய வாகனங்கள் வரும். எந்த நேரமும் வெளிக்கிட்ட படி இருக்கும் இன்பத்திடம் அவனுக்கு சராசரியான முன்வீட்டு தொடர்பு மட்டும் தான் இருந்தது. இன்பத்தின் வீடு என்பது ஒரு லேண்ட் மார்க். நாவாந்துறைக்கு அவன் செல்லத்துவங்கிய நாட்களில் சென் மேரிசின் மைதானமே அவன் நிறுத்துமிடமாயிருந்தது. ரெண்டு நாட்களுக்கு ஒரு முறையாவது மேரிஸ் சேர்ச்சில் புற்தரையில் கச்சான் சுருளோடு அவன் மாலைப் பொழுது கழிந்தது.

***

"டெய்லி பார்த்துக்கொண்டு நிக்கிறியள். ஆரு நீங்க..?" நொய்லின் அவனிடம் பேசிய முதல் வார்த்தையை நினைத்துக் கொண்டான். அப்போதும் போல இப்போதும் சென் மேரிசின் பெரிய மணியோசை கேட்டது. அதற்குப் பிறகும் நொய்லின் பலதடவை பேசியிருந்தாலும் எந்த நினைவுகளும் அவனுக்குப் பதிவிலில்லை போல. முட்டைக்

கண்களோடு எப்போதும் கிளிப் போட்ட செம்பட்டைச் சுருள் முடி, முழங்கால் வரை இடுப்பிலிருந்து வரிவரியாக விரியும் சட்டை, ஒல்லிக் குச்சிக்கைகளென துறுதுறுவென அந்தப் பழுத்த வெள்ளைச்சருமமே அவன் நினைவிலிருந்தது. பக்கத்தில் அமரும் போது கையுரசுகிற உஷ்ணம் தணியாம லிருந்தது. கிளி போல லவ் பேர்ட்ஸ் போல சொற்கள் அவள் குரலிலிருந்து அவ்வப்போது வருவது தவிரவும்

"டெய்லி குளிப்பியோ..?"

"மரக்கறியெலாம் தின்னமாட்டியோ..?"

"இன்பத்தோட கதக்காத சரியே..?"

போன்ற விசித்திரமான கேள்விகளும் ஏவல்களும் அசரீரி யாக அடிக்கடி வந்து போகும் அவனுக்கு. தவிரவும் நொய்லின் நல்ல ஃபுட்பால் ரசிகை. ஃபொசிஸன்ஸ், ஹேண்ட் போல், ஃபோர்மேசன்ஸ், ஓஃப் சைட் ஒன் கோல் என எல்லாமே அவளுக்கு தெரிந்திருந்தது. நானும் அண்ணா வும் ஃபுட்பால் பைத்தியங்கள் என அடிக்கடி அவள் சொல்லக்கேட்டிருக்கிறான். அவள் அப்பாதான் மேரிஸின் முதல் கோல் கீப்பர். அப்பா இருக்கும் வரை சென். நிக்கொலஸ் ஒரு கோல் கூட போடல்லை, தெரியுமே என்பாள். நொய்லினோடு பழகியதில் நாவாந்துறை பற்றி ஒரு மனச்சித்திரத்தை, நாவலர் வீதி நாவாந்துறையை இரண்டாக பிரிக்கிறது, ஒரு பக்கம் சென். மேரிஸ், மறுபக்கம் சென். நிகோலஸ், இரண்டு பிரிவினருக்கும் ஆகாது, அடிக்கடி சண்டை வரும், ஆர்மி வந்து கேர்ஃபியூ போடுவார்கள் எனவும் யேசு ஒருவர் தான் என்றும் வரைந்து வைத்திருந்தான். சென். நிகோலஸ் என்றாலோ ஃபவுள் அடிப்பவர்களென்றும் ஆடத்தெரியாத மக்கு கூட்டமென்றும் தெரிந்து வைத் திருந்தான். ஒரு விளையாட்டை வைத்தே நொய்லினோடு அவனும் சென் நிகோலஸை வெறுத்தான். காரணமில்லாமல் மூன்றாம் நூற்றாண்டின் புனித பிசப்பாகிய மீனவர்களினதும் கடலோட்டிகளினதும் குழந்தைகளினதும் காவலரான புனித நிக்கலசுவை வெறுத்தான். நாவலர் வீதி முடிவடையும்

இடத்தில் எதிரே நாவாந்துறை பொதுச்சந்தையிருக்கும். சந்தையென்றால் கூடாரம் போன்ற ரெண்டு கட்டிடங்களில் மரக்கறி கருவாடு இத்தியாதி சாமான்களை விற்கும் பெண்கள் ஈயோட்டுவது தான் ஞாபகம் வரும் அவனுக்கு. இடதுபுறமாக தொங்கும் ஆட்டிறைச்சி, ஹெல்மெட் அணிந்து விலைபேசுவோர், பனங்கிழங்கு விற்க வந்து மரநிழலில் இளைப்பாறும் கிழவி மனுஷி என இருக்கும் சந்தை.

சந்தையை விடவும் பெருங்கூட்டம் சென் நிகோலஸ் மைதானத்தில் வீரர்கள் ஆடுவதை பார்க்க குழுமியிருக்கும். ஆனாலும் அவன் புனித மேரியின் மடியில் நொய்லினோடு அளவளாவிக் கொண்டிருப்பான். ஏழைகளின் தெருக்களில் தேவனோடு நொய்லினும் சுற்றிக் கொண்டிருந்தாள்.

"இங்க வர்ரதுக்கு ஒண்டும் சொல்லமாட்டினமே உங்கட ஆக்கள்.." நொய்லினின் அம்மா கேட்பதுண்டு. அவள் அப்பா கடல் தொழில் என்பதால் வீட்டுப் பக்கம் காண முடிவதில்லை. அம்மாதான் எப்போதும் இருப்பாள். நொய்லினின் கண்களும் நிறமும் அம்மாவிடமிருந்து தான் வந்திருக்கவேண்டும். சிடுசிடுவென உபசரிப்பதில் அவளை மிஞ்ச ஆளில்லை. இன்பத்திட வீட்டுக்கு முன் வீட்டிலையோ இருக்கியள் என அடிக்கடி நக்கலாக கேட்பாள். அவளது தேநீருக்காகவே வீட்டுப் பக்கம் அடிக்கடி போய்வந்தான். மிதக்கும் இஞ்சியைக் கடித்துத் துப்புவான். அவளது மீன் குழம்புக்காக ஃபரினாவின் வீட்டிலிருந்து சுடச்சுட இடியப்ப பேக்கோடே அடிக்கடி போனான்.

சென் மேரிசில் கடுமையான பயிற்சிகள் நடந்தன. சுற்றுப் போட்டியில் வெல்வதை விடவும் சென் நிகோலஸிடம் தோற்றுவிடக்கூடாதென்பதிலே கவனமாக இருந்தனர். அவனும் சென் மேரிஸ் கிளப்பின் கூட்டங்களிலெல்லாம் கலந்துகொண்டான். அவர்களின் திட்டமிடலை டெக்னிகல் ஸ்ராடஜியை பற்றி இரவு நேரங்களில் நண்பர்களோடு கதை யளந்தான். அந்த நாட்களில் இன்பத்தின் வீடு பூட்டியிருந்ததை அலட்டிக் கொள்ளாமல் இருந்தான். போட்டி நெருங்க நெருங்க ஆர்வத்தில் நள்ளிரவுகளில் நாவாந்துறையை தனியே

சுற்றி வந்தான். நாய்களும் தெருவிளக்குகளும் சைக்கிள் பெடல்களின் மஞ்சள் வெளிச்சமும் அவனோடு உலாவின.

***

சென் நிகோலஸ் மைதானத்தில் நடப்பட்டிருந்த கொடிக் கம்பங்களிலிருந்து பல நிறக்கொடிகள் வேகமான கடற் காற்றுக்குப் படபடவென சப்தமெழுப்பின. எதிரொலித்த ஒலிபெருக்கியின் ஓசையால் கடலோரம் குந்தியிருந்த பறவைகள் பாளம் பாளமாய் பறந்தலைந்தன. வெள்ளைக் கோடுகளுக்கு வெளியே கட்டப்பட்ட நைலோன் கயிறுகளை பிடித்தபடி சனம் நெரிசலாக முந்தியடித்தபடி நின்றிருந்தது. சென் நிகோலஸின் சுவர்களிலும் நீர்த்தாங்கியிலும் சனசமூக நிலையத்திலும் மரக்கொப்புகளிலும் தலைகள் தெரிந்தன.

ஒரு மூலையில் மேய்ந்து கொண்டிருந்த மாடுகளை சிறுவர்கள் விரட்டுவதும் அவை மைதானத்தில் விரண்டு நுழைந்த போது கூவென்று கத்துவதுமாக கூச்சல் வானை அடைத்தது. அவித்த கடலை, பக்கோடா சோளம் பொறி விற்கிற வண்டில், ஆங்காங்கே பீ பீ என ஐசு வண்டிகள், ரியோ ஐஸ்கிரீம் வண்டி என சிறுமியரும் பிள்ளைகளும் மோதியடித்தனர். நொய்லினும் அவனும் சென் மேரிஸ் ஆட்களோடு குந்தியிருந்தனர். நொய்லினை விடவும் அவனுக்கு பதட்டமாயிருந்தது. அவள் காதுகளுக்குள் ஜோசப் அண்ணா ஃபோர்வேட் தானே அடிக்கிறவர், ஜூலியை செக்கண்ட் ஹாஃப் தானே இறக்கிறம் எனக் கேட்டுக் கொண்டிருந்தான். போட்டி துவங்க முன்னர் கொஞ்சம் தண்ணீர் குடிக்கலாமென்று தாங்கியருகே தனியே வந்து நீர்க்குழாயைத் திறந்தான். யாரோ இருவர் பேசுவது காதில் விழவும் குழாயை மூடிவிட்டு எட்டிப் பார்த்தான். இரண்டு பேர் சென் மேரிஸை கழுவி ஊற்றிக் கொண்டிருந்தனர்.

“மேரிஸுல ப்ளேயரெண்டு ஒருத்தன காட்டு பாக்கலாம். விசரனுகளோட மேட்ச் ஆடுறது நிக்கிலசுக்கு அவமானம் எல்லோ”

“அதுலயும் ஒரு முஸ்லிம் பெடியன சேத்திட்டு திரிகினம். அவன் ஃபுட்பால விட அந்தப் பெட்டை நொய்லினத்தான் உருட்டுறான்.” என வெடிச்சிரிப்பு வந்தது.

இரு புறமும் நெற்றி புடைக்க தண்ணீர் குழாய் பைப்பை மரக்கட்டையோடு அண்ட வைத்திருந்த கல்லை மறைந்திருந்து ஒரே குறியில் ஒருத்தனின் மண்டையில் எறிந்துவிட்டு சரசரவென சைக்கிளை மிதித்து சோனகர் தெரு வந்து விட்டான். வழக்கமாக நேரத்திற்கு தூங்கும் அவனால் கண்மூட முடியவுமில்லை, ஓரிடத்தில் இருப்புக் கொள்ள முடியவுமில்லை. அடிக்கடி கதவைத் திறந்து பார்த்துக் கொண்டான். வீதியில் வரும் ஆட்டோ சத்தங்களுக்காகத் திடுக்கிட்டான். சுவர்களில் நீர்த்தாங்கி தலைகீழாகத் தெரிந்தது. மாடுகள் மைதானத்திலிருந்து பாய்ந்துவருவது போலிருந்தது. நொய்லின் காதுகளுக்குள் ஆயிரம் தடவை ‘சொரி’ சொல்லுவது போலிருந்தது அல்லது அவள் ‘ஏன் கல் எடுத்து அடிச்ச நீ’ எனக் கேட்பது போலிருந்தது.

நொய்லின் தேடிருப்பாளோ, யாரும் பார்த்திருப்பார்களோ என அயர்ந்தபடி உலகின் மிகக் கடின இரவு அவனுக்கு விடிந்தது. கமலா அக்காளின் ஆடுகள் இன்பத்தின் வீட்டு முற்றத்து முருங்கிலைகளை மேய்ந்திருந்தன. கமலா திட்டிய படி ஆடுகளை இழுத்து வந்தாள். சந்தியடியில் பொலிஸ் வாகனம் நின்றிருந்தது. ஆட்கள் குழுமியிருந்தனர். சோனகர் தெருவுக்கு அந்தப்பக்கம் நாவலர் வீதி மூடப்பட்டு கயிறு களும் தடைகளுமிருந்தன. கமலா அக்காளிடம் விசாரித்தான். நேற்று போட்டி துவங்கமுன்பே சண்டை மூண்டுவிட்டதாம். இரு பிரிவினரும் மோதிக் கொண்டதில் பல மண்டைகள் நொறுங்கினவாம். மூடியிருந்த சோடா கம்பனியைத்திறந்து வெற்று பாட்டில்களை நாவலர் வீதி முழுவதும் உடைத்து வெறியாட்டம் ஆடினராம். பாட்டில் சிதறிய குப்பியோடுகளை மாநகர சபையால் ஒரு ட்ரக்டர் முழுவதும் பெருக்கி ஏற்றின ராம். ஊரடங்கு போடப்பட்டு இராணுவம் நிற்கிறதாம். வழக்கமான சங்கதிபோல ஏதோ சாதாரணமாகச் சொன் னாள் கமலா. கமலாவின் கையிலிருந்த சிவப்புத் தாயத்தை ஒரு குட்டி ஆடு நக்கவும் கையை இழுத்துக் கொண்டாள்.

வீட்டைப்பூட்டி சாவியை வெளிக்கிட்ட இன்பத்திடம் கொடுத்தான். இன்பம் திரும்ப எப்ப வந்தாளெண்டு கேட்கவும் இல்லை. வந்த ஆட்டோ ஒன்றை வழிமறித்து பயணப்பையோடு ஏறினான்.

"பஸ் ஸ்டாண்ட் போங்கோ நானா.."

கமலாவின் ஆடுகள் ஆலமரத்தின் கிளையொன்றை முறித்து போட்டபோது காலை வெயில் ஏறிவிட்டிருந்தது. இன்பம் அப்போதும் வெளிக்கிட்டிருந்தாள். ●

# சென்ட்ரல் யூனியன் கோப்ரட்டி

கொல்லைப்புறத்திலிருந்த கோழிக்கூட்டில் சாரையொன்று கம்பிவலையில் மேலேறியது. பந்து வந்த திசையில் பாசி அப்பிப்பிடித்து செங்கற்கள் தோண்டி பாதி கரைந்த சுவற்றில் ஆணி இல்லாத சிறிய இடைவெளியில் அவனை கத்திப்பாட்டில் ஏற்றி விட்டனர். அரை டவுசரோடு கால்களில் பட்ட சிராய்ப்புகளை கவனியாது அவனும் ஏறிவிட்டான். மறுபக்கம் ஆன்ட்டி வீட்டின் வெளிச்சுவர் ஜன்னல் கட்டில் ஒரு காலை வைத்து கீழே ஓடும் கழிவுக் குழாயில் மற்ற காலையும் வைத்து கீழே இறங்க வேண்டும். ஆன்ட்டியின் பெயர் அவனுக்கு தெரிந்திருக்கவில்லை. அவனுக்கு மட்டுமல்ல பலருக்கும் அது ஆன்ட்டியின் வீடென்றே தெரிந்திருந்தது.

“என்ன யாம் புள்ளக்கெள இவடத்த நிக்கிற..”

“சல்மாட புழக்கடைக்க போல் அடிச்சிருப்பாங்க. அவள் எடுத்து வெச்சிருப்பாள். இவிய போல கேட்டுக்கு நிக்காங்களாக்கும்.” எனப் பக்கத்து வீட்டிலிருந்த பெண்கள் அடிக்கடி பேசிக் கொள்வர். சல்மா ஆன்ட்டியின் வளவுக்குள் ஆண்கள் மட்டுமல்ல சிறுவர்களும் போகமுடியாது. பெரும்பாலும் பந்து அறுக்கப்பட்டு ரெண்டு துண்டுகளாகவே கிடைக்கும். சல்மா ஆன்ட்டியின் வீடு இருண்டாப் போல கூட்டிப் பெருக்காத வளவு, முன் விறாந்தையில் தொங்கும்

குண்டு பல்பு, வார்ணிஸ் உரிந்த முதிரை மர ஜன்னல்கள், வௌவால் துப்பிய சுவர்கள், மின்சார மீட்டர் பெட்டி, அதில் முன்னால் இருந்து எப்போதோ பந்து பட்டு பாதி நொறுங்கிய கண்ணாடி, தும்புக்கால்மிதியில் பூனை தின்று போட்ட மீன் முள், வெயில் பட்டுப் பிளந்த ஜன்னல் கதவுகளில் செருகப்பட்ட மின்சார வாரிய பில், நான்கைந்து எக்சோரா செடிகளைச் சுற்றி மண்டியிருக்கும் மஞ்சள் கண் சிலந்திவலை ஒட்டடை என இருக்கும்.

***

எழுபதுகளில் ஜேவிபி யின் முக்கிய தோழராக ஆன்ட்டியின் கணவர் இருந்ததனால் அவருக்கு அடிக்கடி ஆபத்திருந்தது. அதனால் வீட்டு மதிலில் பாதுகாப்புக்காக ஆணி பதிக்கப் பட்டிருந்தது. ஜேவிபி (மக்கள் விடுதலை முன்னணி) தலைவர் ரோஹண கைது செய்யப்பட்டு சிறைக்கு போக ஆயுதங் களோடு ஆன்டியின் கணவர் மாத்தையாவும் கிளர்ச்சியில் ஈடுபட்டிருந்தார். சில வாரங்கள் அக்கரைப்பற்று கல்முனை பொலிஸ் பிரிவு மாத்தையாவின் கட்டுப்பாட்டிலிருந்தது. பிறகு கிளர்ச்சி தென்னிலங்கையில் தோல்வியுற மாத்தையா சாகாமக்காட்டுக்குள் தலைமறைவானார். பிறகு வந்த அதிபர் ஜே ஆர் ஜேயவர்த்தனா காலத்தில் ஜேவிபி தலைவர் விடுவிக்கப்பட்டதை தொடர்ந்து ஜேவிபி ஜனநாயக அரசியலுக்கு மாறியதில் மாத்தையாவும் ஊருக்குள் தலை காட்ட ஆரம்பித்தார். மாத்தையாவுக்கு ஊருக்குள் நல்ல செல்வாக்கிருந்தது. ஊரில் எல்லாக் குறிச்சிகளிலும் லெனின் மன்றங்கள் அமைத்து புத்தகங்கள் வைக்கப்பட்டு தெருவுக்கு ஒரு தோழராவது இருக்க வேண்டும் எனப் பாடுபட்டார் மாத்தையா. தமிழ் முஸ்லிம் எல்லைக்குழப்பங்களில் ஊர்க் காவலுக்கு மாத்தையாவே முன்னுக்கு நிற்பார். அக்கரைப்பற்று மடுவமும் கடைகளும் எரிக்கப்பட்ட இரவு முழுவதும் மாத்தையா மட்டுமே ஒத்தையாளாக துவக்கோடு மெயின் ரோட்டில் நின்றாராம். அப்போது ஜேவிபியிலிருந்து மாத்தையா விலகியிருந்தாலும் தோழர் தோழர் என அவர் வீட்டு முன் வாசல் பிசுபிசுத்தது. சிவப்பு கொடிகளும் பாடல்களுமாய் அவர் முன் வளவில் இருந்த கூடாரத்தில்

அமர்ந்து தேநீர் அருந்தி பேசாத இளைஞர்களே இல்லை. அப்போது மாத்தையாவுடன் எடுத்துக் கொண்ட புகைப் படத்தை இப்போதும் பலர் வீடுகளில் தொங்கவிட்டிருப்பர்.

"இப்ப என்ன டா ஜேவிபி, அக்கரப்பத்துல ஜேவிபி எண்டா மாத்தைய்யாட காலம் தான்."

என இப்போதும் சிலாகித்துப் பேசுபவருண்டு. அப்போது முஸ்லிம் தனி அரசியல் எழுச்சியொன்று கிழக்கிலங்கையில் பரவ ஆரம்பித்திருந்தது. அதை அக்கரைப்பற்றிலிருந்து கடுமையாக மாத்தையா குழுவினர் எதிர்த்தனர். தனி முஸ்லிம் அரசியல் தளம் பின்னாளில் பெரும்பான்மை சிங்கள எதேச்சதிகாரத்தினால் முஸ்லிம்கள் குறிவைக்கப்பட வழிவகுக்குமென மாத்தையா வாதிட்டார். பெருந்தேசிய கட்சிகளோடு கொள்கையளவில் பயணிப்பதே சரியானதென பகிரங்கமாகப் பேசினார். அக்கரைப்பற்றில் மாநாடொன்றை நடாத்தவும் முஸ்தீபுகளை செய்திருந்தார் மாத்தையா. இது முஸ்லிம் கட்சிக்குள் தலையிடியாக இருக்க மாத்தையா ஒரு வெள்ளிக்கிழமை அன்று பின்னேரம் அவர் வீட்டிலேயே மூளை சிதற சுடப்பட்டார். அதோடு கூடாரம் பிரிந்து போனதும் கொடிகள் கழன்று போனதும் வீடு இருண்டது. சல்மா தன்னை வெளியுலகத்தோடு துண்டித்துக் கொண்டாள். எப்போதாவது நெருங்கிய உறவினர் இறந்தால் மட்டுமே வெளியே வருவாள். பழைய உடை, சுருங்கிய முகம், நரை முடிச்சுருளும், முழங்கால் வரை மூடப்பட்ட பர்தாவோடு ஆளே மாறியிருப்பாள். காலம் போகப் போக ஊரார் சிந்தனையிலிருந்து மாத்தையா காணாமல் போனார். கூடாரத்தில் அமர்ந்து பேசிய எல்லோரும் முஸ்லிம் கட்சிக்கு மாறியிருந்தனர். மாத்தையா வீடு சல்மா வீடாகி பின்னர் வந்த தலைமுறைக்கு ஆன்ட்டி வீடாகிய போது முஸ்லிம் கட்சி உடையத்துவங்கியது வேறு கதை.

***

ஆன்ட்டி மதிலின் மேற்புறம் ஆணிகள் பதிக்கப்பட்டு பூனைகள் கூட நடமாட முடியாத ஏற்பாடு இருக்கும். அதில் வெளியே இருந்து மட்டும் தெரியக்கூடிய மதில் பகுதியிலிருந்த

ஆணிகளை மூத்த காக்காமார் ஒடித்து வைத்திருந்தனர். அந்த இடைவெளியில் சிறிய பையன்களை ஏற்றி விட்டு ஆன்ட்டிக்குத் தெரியாமல் பந்தை பொறுக்கும் ஒரு உத்தி யிருந்தது. அதற்கு ‘ஆன்ட்டி வீட்டு பெரும்பாய்ச்சல்’ என்று பேர். யார் பெயரிட்டதென்றது தெரியவில்லை. இதுவும் மூத்த காக்காமார் வேலை தான் போல. பெரும்பாலும் ஆடும்போது ஆன்ட்டி வீட்டுப் பக்கம் அவதானமாகவே ஆடுவர். மூத்த காக்காமார் கொஞ்சம் கெட்டித்தனமாக ஆன்ட்டி வீட்டு கூரைக்குப் பந்தை வேகமாக அடிக்க பந்து கூரையில் பட்டு மீண்டும் வளவினுள் பவுண்ட்ரி எல்லை தாண்டி விழும். இந்த ஸ்கில்ஸ் எல்லாம் சிறிய பையன்களிடம் இருக்காது.

ஆன்ட்டி வீட்டில் வாழைப் பற்றைச்சருகுகளும் அவிந்த அண்ணாகொண்ணா இலைகளுமாய் கிடந்த கொல்லைப் புறத்தில் பழைய சுவருக்கு பக்கமாக இருந்த தென்னை மரம் மட்டும் சரிவாக உயர்ந்து அந்த வங்கி வளவினுள் தலைபாய்ந்திருந்தது. அந்த மரத்துத் தேங்காய்கள் பச்சையாக கொஞ்சம் பெரியனவாக காய்ப்பன. அதன் சிரட்டைப்பாதி ஒரு கஞ்சிக் கோப்பையளவு பெரியது. வங்கி இருந்த பெரிய வளவும் வங்கி கட்டிடமும் கோப்ரட்டிக்கு சொந்தமானது. வளவின் கிழக்கு மூலையில் மருதாணிப்பற்றைக்கு பின்னால் பழைய களஞ்சிய அறையினுள் நாய்கள் தோண்டிய வளையினுள் குட்டி நாய்கள் படுத்திருக்கும். களஞ்சிய அறை சுவரில் சென்ட்ரல் யூனியன் கோப்ரட்டி என எழுதப்பட்ட பெயிண்ட் அழிந்திருந்தது. வளவின் மேற்கில் லாம்பெண்ணெய் பூத் ஒன்றிருக்கும். அதையொட்டி பெரிய ஜேம் மரம். கீழே லாம்பெண்ணெய் மோட்டார் செட்டை பாதுகாக்கவென சதுர வடிவ சீமெந்து கொட்டு கட்டப்பட்டு மேலே இரும்புத் தகடால் மூடி பூட்டப்பட்டிருக்கும். கிரிக்கெட் ஆடும் போது பேட்டிங் செய்யும் அணியின் மூத்த காக்காமார் அந்தக் கட்டில் அமர்ந்து விடுவர். கொட்டுக்கு தெற்கே அதையொட்டி விக்கெட் நட்டுமிடமும் திட்டும் கறுத்திருக்கும். இந்த வளவில் கிரிக்கெட் ஆடுவது கோப்ரட்டி நிர்வாகிகளுக்கு பிடிப்ப தில்லை. அவ்வப்போது ஆடும் பந்து வங்கியின் பின் விறாந்தையிலிருந்து கதவு வழியே வங்கிக்குள் செல்லுவது

தான் காரணம். வங்கிக்கட்டிடத்துக்குள் பந்து சென்றுவிட்டால் முகாமையாளர் கடிந்து கொள்வார். அக்கவுண்ட் டிப்பார் மென்ட் நஸ்ஹர் கொஞ்சம் கிரிக்கெட் பிரியர். சொந்தமாக பெரிய கிரிக்கெட் கிளப் வைத்திருந்தார். அவர் தயவில் உள்ளே போன பந்து சேதமில்லாமல் வெளியே வரும். சில நேரங்களில் ஜெனரேட்டர் அறைக்குள் பந்து புகுந்து விட்டால் பந்தை எடுப்பது சிரமமாகிவிடும். ஆனாலும் வங்கி தரப்பிலிருந்து அடிக்கடி வரும் புகாரால் கோப்ரட்டி நிர்வாகிகள் நைட் வார்ச்சரின் உதவியோடு பெரிய பழைய டயர்களை பிட்ச் இருக்கும் திட்டில் எரித்துவிடுவர். தவிரவும் குப்பி ஓடுகளையும் அறுத்த கோழிக்குடல்களையும் குவித்து போடுவர். மறுநாள் புகைந்து கிடக்கும் மிச்ச டயர் பொசுங்கலையும் கம்பிவளையங்களையும் குப்பி ஓடுகளையும் அப்புறப்படுத்தி ஆடுவதற்குள் இருட்டிவிடும். இதனாலேயே திட்டும் அந்த மணலும் கறுத்திருந்தது. விளையாடிவிட்டு மதிலேறும் போது எல்லாக் கால்களிலும் கறுப்பு அப்பியிருக்கும்.

கிரிக்கெட் என்றால் மென்பந்து கிரிக்கெட் தான் அந்தப்பகுதிகளில் பிரபல்யம். ஆனாலும் இது போன்ற வளவுகளில் ஆடுவது சுலபமாயிருக்கவில்லை. வளவு தாண்டி பந்து பறந்தால், பெரிய தென்னைமரத்தில் பட்டு கேட்ச் பிடித்தால், வங்கி பின் விறாந்தை கூரையிலிருந்து நழுவி வரும் பந்தை பிடித்தால் அவுட் என்று ஏகப்பட்ட ரூல்ஸ் இருக்கும். அவனைப் போல சிறிய பையன்களுக்கு கிரிக்கெட் ஆடுவது இஸ்டம் தான் என்றாலும் சான்ஸ் கிடைப்பதில்லை. டீம் பிரித்து கடைசியாக பையன்களை ஏகத்திற்கு ஆளுக் கொரு பக்கம் பிரிப்பர். பையன்கள் பந்தை பொறுக்குவதோடு எங்காவது மூலையில் ஃபீல்டிங் செய்வதோடு சரி. பேட்டிங் எல்லாம் கிடைப்பதில்லை. கடைசியாக ஆடும் ஆட்டத்தில் இரண்டு மூன்று பந்துகள் ஆட மூத்த காக்காமார் விடுவ துண்டு. அந்த மூன்று பந்துகளுக்காக பையன்கள் ஆன்ட்டி வீட்டு பெரும்பாய்ச்சல் ஓபரேசனுக்கு போகவேண்டியிருந்தது. அவனும் அப்படித்தான். சனத் ஜேயசூர்யா படம் போட்ட ஸ்டிக்கர் ஒட்டிய சிறிய பேட் ஒன்று அவனிடம் இருக்கும். கிடைக்கும் மூன்று பந்தையும் ஓஃப் திசையில் ஜெயசூர்யா

போலவே ஆடுவான். அவன் வயதுக்கு பந்து கூட தூரம் எழும்பாது. ஆனாலும் அவன் ஆடும் ஸ்டைலில் பார்க்க ஜெயசூர்யாவை ஒத்திருப்பதாக மூத்த காக்காமார் சொல்லுவர். அவனும் அந்த நாள் இரவு முழுவதும் வாப்பா முதுகிலேறி அவன் ஆடிய மூன்று பந்துகளின் கதையை சொல்லுவான். வாப்பாவின் முதுகில் இருந்த பெரிய நீளமான காய வடு கோடு போல இருக்கும். அதை தடவிய படியே குப்புறப்படுப்பான். வாப்பாவோடு கிரிக்கெட் மேட்ச் பார்ப்பான். அவன் ஆசையெல்லாம் மூத்த காக்காமார் போல ஓபனிங் பேட் ஓபனிங் போல் செய்யவேண்டும் என்பான். மோட்டார் இருந்த சதுரக்கொட்டிலோ அல்லது ஜேம் மரத்திலோ கால் மேல் கால் போட்டிருந்து ஸ்கோர் சொல்லி சிறிய பையன்களுக்கு ஐடியா தரவேண்டும் என்பான். அவனளவுக்கு அது தான் கிரிக்கெட் ஆகவிருந்தது.

அன்றைக்கு அவனுக்கு மூன்று பந்துகளுக்கு மேல் கிடைத்ததும் குஷியாகியிருந்தான். மூன்று ஓட்டங்கள் தேவைப்பட்டாலும் அவனுக்கு முன்னர் எல்லோரும் அவுட்டாகியிருந்தனர். அதே உற்சாகத்தில் அவன் ஆடிய பந்து ஆன்ட்டி கொல்லைப்புற வாழைப்பற்றைக்குள் பறந்து விழுந்தது. அவனளவில் முதல் பெரிய சொட் அது. அவுட்டாகிய சோகத்தோடு ஆன்ட்டி வீட்டு பெரும்பாய்ச்சல் ஆப்ரேஷனுக்கு அழைக்கப்பட்டான். வேறு வழியின்றி முதல் தடவை என்பதால் பதட்டமாகவிருந்தான். மதில் மேல் ஏற்றியதும் மூத்த காக்காமார் பதுங்கிக்கொண்டனர்.

"வசீம், கெணத்தடிய இல்லாட்டி கோழிக்கூடடிய பாரு. கிடக்கும்" என மதிலுக்கு மற்றப்பக்கமிருந்து குரல் வந்தது. கழிவுக்குழாயிலிருந்து காலை மண்ணில் வைத்ததும் பூப்போல மண்புழு தோண்டி வைத்த மண் புதைந்தது. ஆங்காங்கே கோழிக்கீறல்கள். சமையலறைக் கழிவுநீர் தேங்குமிடத்தில் போர்க் கோழிகள் இரண்டு இவனைக்கண்டதும் சடசடவென பறந்து மதில் மேல் நின்று கொக்கரித்தன. அவனது சிறிய கால்கள் நடுங்க கொல்லைப்புறமாக அடியெடுத்து வைத்தான். ஆன்ட்டியிடம் மாட்டிக்கொண்டாலென்ற பயம்

அவனை உறுத்தியதும் வேகமாக பந்தைத் தேடத்துவங்கினான். பிரிக்கப்பட்ட பழைய கோழிக்கூட்டின் கீழ் பகுதியில் கொஞ்சம் உமி குவிக்கப்பட்டிருந்த திட்டு, சருகுகள் மண்டிக்கிடந்த வாழைப்பற்றை, பழைய உரல் உள்ளே கிடந்த சிரட்டைக் குவியல், தேங்காய் உரிக்கும் உளியைக்கவிழ்த்துக் கிடந்த அலுமினியான் முட்டி, கருவாடு காயவைக்கும் பழைய கம்பிவலை, கைவிடப்பட்ட பிளாத்திக்கு கோப்பைகள், துருப்பிடித்த சைக்கிள் ஃப்ரேமின் கீழே இருந்த சாக்குப்பை என எல்லா இடங்களிலும் துழாவினான். அவனுக்கு கொஞ்சம் முன்னர் கிணற்றடி இருந்தது. கிணற்றுக்கு கிட்டே போனால் ஆன்ட்டியின் வீட்டில் திறந் திருக்கும் பின் கதவினூடு அவன் தெரியக்கூடும். அவனுக்கு வியர்த்தபடி கைகளை கசக்கி ஒரு முடிவோடு கிணற்றை நெருங்கினான். வியர்வை பட்டு கால் சிராய்ப்புகள் எரிந்தன. கதவுப்பக்கமாக எட்டிப் பார்த்தான். இருள் சூழ்ந்த உள் வீட்டிலிருந்து எப்படியோ ஒளி தப்பிவந்தது. கிணற்றின் மேல் மூடப்பட்டிருந்த கம்பிவலையில் பந்து சிக்கிக் கிடந்தது. அவன் உயரத்திற்கு பந்தை எடுக்க முடியவில்லை. வலையை உசுப்பினால் பந்து கிணற்றினுள் விழும் ஆபத்திருந்ததால் தள்ளியிருந்த பழைய உரலை உள்ளேயிருந்த சிரட்டைகளை கொட்டி விட்டு உருட்டி வந்து கிணற்றடியில் போட்டு அதன் மேல் ஏறி பந்தை கையிலெடுத்தான். கிணற்றுக்கு மறுபக்கம் இருந்த கோழிக்கூட்டில் பெரிய உருவமாக வௌவால் துப்பிய நிறத்திலோ அல்லது மஞ்சள் கண் சிலந்தியின் நிறந்திலோ நிர்வாண உடல்கள் பிணைந்து கொண்டிருந்தன. மூர்க்கத்தனமான முனகல்கள் கேட்டன. அவனுக்கு உடல் குலுக்கமெடுத்தபோது அவன் கால்கள் பின்னே நகர ஆரம்பித்தன. ஆயிரம் கோழிக் குடல்களை கழுத்தில் போட்டது போல குமட்டியது.

வந்த அதே வழியாக ஜன்னல் கட்டில் கால் வைத்து சுவரில் பந்தோடு ஏறியவனை மூத்த காக்காமார் இறக்கி விட்டனர். ஆப்ரேஷன் டிஸ்மிஸ் என்றார் ஒரு மூத்த காக்கா. அவன் அதிர்ச்சியோடு குளிர்ந்த கறுத்த கால்களோடு மைதானத்தை விட்டும் ஓடினான். கூடவே வௌவால்

துப்பிய நிறமும் சிலந்தி கண்களும் கோழி குடல்களும் முனகல்களும் சேர்ந்துவந்தன. கோழிக்கூட்டினுள் அசைந்த முனகலுருவங்களில் நிர்வாண நரை முடிச்சுருள் மூடியிருந்த முதுகில் இருந்த நீளமான பெரிய காய வடுக்கோடு அவனைக் குத்தியெடுத்தது. வீட்டில் நுழைந்து ஹாலில் தொங்கிய பெரிய ஃபோட்டோ வை பார்த்தான். அவன் வாப்பாவின் தோளில் மீசை வைத்த மாத்தையா கை போட்டிருந்தார். ஃப்ரேமின் கீழ் லெனின் வாசகமிருந்தது.

"காண்பது அனைத்தையும் சந்தேகம் கொண்டு பார்" ●

# புலிக்குட்டி கிழங்குக் கடை

நீண்ட நேரம் சைக்கிளில் மிதித்திருந்தேன். தெற்குப் புறமாக வயல்கள் தொடங்கும் இடத்தில் ஊரைப்பிரிக்கும் வீதியில் தென்னந்தோப்பை ஒட்டியிருந்தது புலிக்குட்டியின் கிழங்குக் கடை. பெரிய ட்ரக்டர்கள் அவ்வப்போது புகை ஊதி உறுமியபடி கடந்து போயின. அவை போனபின்பும் டீசல் நெடி. தகரமடைத்த சுவர்கள், முன்னால் ஸ்டூலில் வைக்கப்பட்ட பெரிய ஸ்பீக்கரின் குட்டிக்கண்ணை யாரோ தோண்டி எடுத்திருந்தனர். தைத்த புதிய சேர்ட் முதுகுப்புறமாக எங்கோ மேல் முதுகில் சினையாய் கடித்தது. புலிக்குட்டி மாமாவின் கடைக்கு முன்னால் அடுக்கடுக்காக சைக்கிள்கள். சில சைக்கிள்களில் மண்வெட்டி கலனோடு பண் தொப்பியும் கொழுவியிருக்கும். சில புதிய சைக்கிள்களில் ஏதாவது ஒன்றை கெரியலில் அண்டவைத்திருந்தனர். ட்யூசனை கட் அடித்து எனக்கு பழக்கமில்லை. எனது நோட்ஸ் புத்தகத்தை எங்கு வைப்பதென்று யோசிக்கும் போது எனது சைக்கிள் கூடையின் அடித்தகடு துருப்பிடித்துக் கழன்றிருந்தது. அதனை கிளப்பி நோட்ஸ்ஸை மறைத்து வைத்தேன். நெற்றி சுருங்கி முகம் வெளுத்து பதட்டமாயிருந்தது. கிழங்குக் கடைகள் ஊருக்கு ஒதுக்குப் புறமாகவே இருந்தன. சிறிய பிள்ளைகள் உட்கார்ந்து சாப்பிடுவது குற்றமாகி அவர்கள் வீடே ரெண்டாகிவிடும் காலம். அடிபார்ட்டியோ குடிகாரர்களோ தான் கிழங்குக் கடையில் சாப்பிடுவார்கள் என்ற பொதுக் கருத்து இருந்தது.

நல்ல டீசண்ட்டாக உடுத்த எவருமே அங்கு இருக்க மாட்டார்கள். பெரும்பாலும் அழுக்கான துப்பரவற்ற பிசுபிசுக்கும் ஆட்களே இருப்பர். சிலர் முன் பெஞ்சில் சாப்பிடாமல் கதிரைகளோடு பின் வாசலால் பின் வளவில் ஒதுக்குப் புறமாக தின்பதுண்டு.

கிழங்குக்கடையில் நெருக்கமாக போடப்பட்ட வாங்குகளும் நீலம் சிவப்பு றப்பர் சீட் விரித்த பென்ச்சுமிருந்தது. வட்ட வடிவான கோப்பைகளில் கை கழுவிய மிச்சத்தண்ணீரில் எண்ணெய்ப் பொக்குளங்களும் கறிவேப்பிலைத்துண்டுகளும் மிதந்தன. கிழங்கு பொரிக்கும் கொள்ளியடுப்பிலிருந்து கும் கும் என்று புகை. தண்ணீர் வைக்கப்பட்ட நீல நிற பெரலில் இருந்து பெரிய ஜொக்குகளில் தண்ணீரை நிரப்பிக் கொண்டிருந்தார் அலியார். அந்தக் கடையில் புகையும் அடுப்பும் மஞ்சள் விட்ட கிழங்குகளை எண்ணெயில் போட்டபோது தண்ணீர் பட்டு எழுகிற உஸ்ஸ்ஸ்ஸ் சத்தமும் புலிக்குட்டி மாமாவின் கால்களைச் சுற்றி வரும் பூனைகளும் மொய்க்கும் ஈக்களும் அதை விட அலியாரைப்போல எல்லோர்க்கும் வடியும் வியர்வையும் எப்போதும் இருக்கும். புலிக்குட்டியாரின் கிழங்குக் கடை சூப் புக்கு பிரபல்யம். மாட்டுக்காலின் பெரிய எலும்புகளும் மரக்கறிகளும் கிடந்து பகலெல்லாம் அவியும் பெரிய சூப் பானை எப்போதும் மிதமான நெருப்பிலிருக்கும். பெரிய சில்வர் பீங்கானில் ஊற்றி எலும்போடு சூப்பை ஊதி ஊதிக்குடிப்பது அலாதி யானது. மாட்டுக்காலின் கொழுப்பும் எலும்பு மச்சையும் வெந்து இளகி கெட்டியாக கழன்று வரும். எலும்புகளின் உள்ளே அடைந்து கிடக்கும் எஞ்சிய மச்சையையும் தட்டித்தின்பது ஒரு கலை. கைகளை குறுக்கே பிடித்து வலது கையில் எலும்பைக் கவிழ்த்து இடது கையின் மேல் மணிக் கட்டிற்கு சற்று கீழே அடிக்க அடிக்க உள்ளிருக்கும் மிச்ச மச்சையும் கீழ் உள்ள பீங்கானில் விழும். அதைக் கரண்டி யோடு எடுத்து உறிஞ்சுவது இதமாயிருக்கும்.

“அம்போரூவாய்க்கி கிழங்கும் பாபத்தும் தாங்கோ”

குரல் உள்ளிருந்தது. விழுங்கி மறுபடியும் சொன்னேன். சிறிய கீச்சுக்குரல். கடையிலிருந்து சூப் குடித்த எல்லோரும்

அப்போதுதான் நிமிர்ந்து பார்க்க கிழங்குக்கடைக்குள் சிறுவனாக ஒடுங்கியபடி பென்ச்சில் லாவகமின்றி உட்கார்ந்தேன். பக்கத்தில் ஒருவர் பெரிய அரைக்கை சேர்ட், அடர்த்தியற்ற நடுவகுப்பு முடி, மீசை தடிப்பமாக இருந்திருந்தார். மாட்டெலும்போடு மல்லுக்கட்டிக் கொண்டிருந்தார். அவரின் கழுத்தின் வெள்ளிச் சங்கிலி வியர்வையோடு சேர்ந்து பின்னேர வெய்யிலில் மின்னியது. வழுவழுப்பான தேகத்தோடும் பெரிய சிவந்த கண்களோடும் அவர் சாவகாசமாக கால் எலும்போடு போராடிக் கொண்டிருந்தார். சதுர வடிவிலிருந்த வாங்குகளிலிருந்து கைகழுவ ஜொக்குகளிருந்தன. எனக்குப் பக்கத்திலிருந்த கைகழுவும் வட்ட வடிவ கோப்பை நிரம்பியிருந்தது. எனக்குப் பக்கத்தில் எலும்போடு மணிக்கூடு திருத்துவது போல ஒருவர் மெனக்கெடும் போது அவரைத்தாண்டியிருந்த வெறும் கோப்பையை எடுக்க கை எட்டவும் இல்லை. இந்தப் பக்கம் புலிக்குட்டி மாமா அலியார் எண்ணெயிலிருந்து இறக்கி வடித்த கிழங்குத்துண்டுகளில் ஒன்றிரண்டை தடித்த மட்டை ஒன்றால் உடைத்து போட்டார். மாட்டுக்குடலும் இரைப்பையும் கலந்த பொரியல் துண்டுகளை கவனமாக எண்ணிப் போட்டார். பழப்புளி, பச்சை மிளகாய், நறுக்கிய சின்ன வெங்காயம் போட்ட புளித்தண்ணியை சுற்றி வர ஊற்றி மிளகாய், இறால் கூனி இடித்துப் போட்ட காரத்தூள் இருக்கும். இந்தக் காரத்தூள்தான் பெரும்பாலும் தொழில் ரகசியம். ஒவ்வொரு கடைக்கும் வித்தியாசமாக பிரத்தியேகமான சுவை. அதை எப்படி எந்த விகிதத்தில் கலக்கிறார்கள் என்பது தான் ரகசியம். இந்தத் தூளை தனியே வைத்து மாங்காயுடன் அதுவும் சுண்ணாம்பு கழன்ற வெள்ளைக் கொழும்பானோடு தின்றால் வேறு ரகம். மாமா தூளை கொட்டப்போனார்.

"தூளத் தனியப் போடுங்க"

மறுபடியும் கீச்சுக்குரலில் தலை நிமிர்ந்து பார்த்தனர். வாங்கில் தலை வாரி ஸ்கூல் முடிவெட்டிய சிறிய தலை. பெரும்பாலும் அபூர்வமாகப் பார்த்தனர். ஈக்கள் மாறி மாறி மொய்க்கவும் சடங்குக்காக இருந்த டேபிள் ஃபேன்

கஷ்டப்பட்டு வீசவும் நான் வாப்பா வாங்கி வரும் ஆறிய கிழங்கை நினைத்து கொண்டேன். வாப்பா கண்டிப்பான ஆளென்பதால் ரொம்ப அபூர்வமாக கிழங்கு வாங்கி வருவார். அது பெரும்பாலும் ஆறியும் குடல் பொரியலின்றி விதவைக்கோலமாயிமிருக்கும்.

"இவனுகள் சரியா குடல கழுவ மாட்டானுகள்"

வாப்பா சொல்லும் போதே குமட்டியிருப்பார். அவர் வாங்கி வரும் கிழங்குகள் கல்லுப்போல றப்பர் போல எந்த ருசியுமிராது. வாப்பா கடலைப் பிரியர். மசாலா போட்டு பிரட்டிய அவித்த கடலையை எப்போதாவது வரும் கடலை வண்டிலில் வாங்கித் தருவார். அதோடு பக்கோடாவும் உப்புப்பருப்பும் பேப்பர் சுருளில் கிடைக்கும். புலிக்குட்டி மாமாவின் கடையிலும் இவை இருந்தன. கண்ணாடி றாக்கையில் குவிக்கப்பட்ட வடைகள் காலியாக அலியார் புதிய ஆவி பறக்கும் பருப்பு வடைகளை கொட்டுவார். கடலை ஒரு பெரிய பேசனில் புலிக்குட்டி மாமாவின் முன்னாலிருந்த பெரிய மேசையிலிருக்கும். உறப்புக்கடலை கேட்டால் மாமா கடலையோடு தாளித்த வெங்காயம் தக்காளி மிளகாய் கலவையை கலந்து தருவார். ஆயிரம் கடலை வண்டில்களில் கிடைக்காத சுவை. புலிக்குட்டிக்கைப் பக்குவம். மாமா அலியாரைக் கூப்பிட்டார். பூனைகள் அலியாரோடு புலிக்குட்டி ராச்சியத்திற்கு ஓடின. மாமா எனக்காக போட்ட கிழங்குப் பீங்கானை கொடுத்து என்னிடம் கொடுக்கச் சொல்லும் கணத்தில் காசு கொடுக்க வந்தவர் புலிக்குட்டிக்குப் பின்னால் என்ன அது சிங்கக்குட்டி என கைகாட்டி சிரித்தார். மாமாவின் பின்னால் புதிய ஜனாதிபதி மகிந்த சிரிந்த படி இருந்தார். அவர் மேல் உறப்புக்கடலை கலக்கும் போது தெறித்த மசாலாவின் மீது ஈக்களிருந்தன.

"நீங்க பாருங்கோ, புலிய அழிச்சுப்போட்டுதான் மிச்ச வெளக்கம் பாக்கப் போறான்." புலிக்குட்டி சிரித்தார். பூனைகள் அலியாரையும் புலிக்குட்டியையும் சுற்றிச் சுற்றி தாறுமாறாக பாய்ந்தோடின. எனக்கு இந்தப் புறத்தில்

எலும்போடு போராடி மச்சையை வழித்து சப்சுப்பென்று நக்கிக்கொண்டிருந்தார் சங்கிலிக்காரர்.

“இன்னும் கொஞ்சம் சத்தமா சொன்னா அள்ளிட்டுப் போய் சுடுவான் சூத்தாமட்டில” என்றார் காசு கொடுக்க வந்தவர். எண்ணெயில் கிழங்குபோடும் உஸ்ஸ்ஸ்ஸ் சத்தத்தை விழுங்கிய பெரும் சத்தத்தில் சொன்னார்.

“வாப்பா ஆள உடுங்கோ” என சிரித்தவாறே அவருக்கு மிகுதிக்காசை கொடுத்தார். அவர் வாங்குகளில் இருந்தவரல்ல. பின் வளவில் ஒதுக்குப்புறமாக கிழங்கு தின்னும் கௌரவப் பிரஜை. என்னைத் திரும்பப் திரும்ப உற்றுப் பார்த்தார். வகுப்புக்கு போகாமல் ஆறாங்கட்டையில் குளிக்கிற, கிழங்கு கடையில் சூப் குடிக்கிற, பாழ் வளவுகளில் கிரிக்கெட் விளையாடுகிற பிள்ளைகளை பெற்றோரிடம் மாட்டிவிட வென்றே வேலை வெட்டியில்லாத சீர்திருத்த க்ரூப் ஒன்று அக்கரைப்பற்றிலிருந்த காலகட்டம். எனக்கு சங்கடமாயிருந்தது. வாப்பாவுக்கு தெரிந்தவரா? சின்ன மாமாவின் கூட்டாளியா? இன்றைக்கு தூணில் கட்டி உப்புத்துறாவுவாரா வாப்பா? எனது சஞ்சலம் கலைக்க மேசைக்கு வந்தது புலிக்குட்டி பிரசாதம். உடைந்து பூப்போலவிருந்த கிழங்கை புளித் தண்ணியில் ஒற்றி தூளோடு மென்றபோது காரத்தில் கண்கள் பிதுங்கி வெளியே வரப்பாத்தன. குடல் பொரியலைக் கடித்து கிழங்கோடு தின்னத் தின்ன புலிக்குட்டி எனக்கு பக்கத்து வீட்டு நபீலின் மளிகைக் கடையறைக்கு மாறிவந்தாலென்ன என்றிருந்தது. வாளியில் சூப்பு வாங்கி வீட்டில் ஊதி ஊதி குடித்தாலென்ன என்றிருந்தது. பக்கத்தில் எலும்புகளை போஸ்ட்மார்ட்டம் செய்யும் ஸ்பெஷலிஸ்ட் இன்னொரு சூப் கேட்டார். அலியார் தளர்ந்திருந்தார். பழைய உசாரில்லை. நான்கு மணிக்கு திறக்கும் கடைக்காக அலியார் பதினொரு மணிக்கெல்லாம் வேலை செய்வார். மரவள்ளிக் கிழங்கைத் தோலுரித்து கழுவி மஞ்சள் தூள் கலந்து நீரில் ஊறப் போடுவார். மாட்டுக்குடலை துப்பரவாக்கி அவிக்கப்போடுவார். பருப்பை ஊறவைத்து மூடிவைப்பார். வெங்காயம், தக்காளி, பச்சை மிளகாய், பூண்டு என உரித்து அரிந்து தனியே பெரிய பாத்திரத்தில் குவிப்பார். பின்

வளவில் குப்பை வாறி நெருப்பு வைப்பார். மில்லிலிருந்து மரக் கொள்ளிகளை சைக்கிளில் கொண்டுவருவார். கொதிக்கும் சூப்புப் பானையிலிருந்து குப்பென்று அடிக்கும் ஆவி அவரை சுடுவதில்லை. ஒட்டவெட்டிய தலையில் ஆவியில் நீர்த்த கண்களோடு எப்போதும் சிரித்த அலியாரின் முகம் கும்மென்று புகைநாறும் பிசுபிசுத்த கடையில் ஆறுதலாக இருக்கும். புலிக்குட்டியின் ராச்சியத்தின் பெருந்தூண் கொஞ்சம் ஆடிப்போனது கவலையாயிருந்தது.

"அலியார் எப்ப குடி இருக்கான். நல்ல வயசு இருக்கும்."

யாரோ சொல்லிக் கேட்டிருக்கிறேன். அலியார் பீங்கானில் கொதிக்கிற சூப்பை எலும்போடு அள்ளி வைத்தார். புலிக்குட்டி ஒரு பூனைக்கு குடல் பொரியலை வீசவும் அலியார் சிரித்தபடி அவருக்கு இண்டைக்கு அமைச்சிருக்கு என்றார். வழக்கமான சிரிப்பாக இல்லாமல் மிகக்குறுகலான சிரிப்பு. அடைப்புக்குறிக்குள் சிரிப்பு. பெரிய பீங்கானில் சூப் வந்தது. நான் கிழங்கை முடித்ததும் கைகழுவ பாத்திரத்தைச் சுற்றி வந்து எடுக்க வேண்டியிருந்தது. எழும்பியதும் எனது சிறிய தலையை அலியார் கவனித்திருக்கவில்லை. பிடரியிலிருந்து முதுகுவரை தலை கொட்டுப்பட்டு கோப்பை சரிந்து சூப் கொதித்திறங்கியது. அலறியபடி கைகழுவும் பாத்திரத்தில் இருந்த மிச்சத்தண்ணீரையெல்லாம் முதுகில் கொட்டினேன். முதுகில் கொப்புளமாய் தணல்கள் வெளிவருவது போல, நீண்ட நாளாய் ஒரு கிழங்கு பொரிக்கும் அடுப்பு அடியிலிருந்து எரிவது போல இருந்தது. பக்கத்து வாங்கில் இருந்தவர்கள் பெரிய நீல பெரலில் இருந்து தண்ணீரை ஊற்றினார்கள். போதவில்லை. பின்வாசலால் ஓடினேன். ஒதுக்குப் புறமாக ஆங்காங்கே கௌரவப் பிரஜைகள். அவர்களை விலத்தி உயரம் குறைந்த கிணற்றினுள் பாய்ந்தேன். புலிக்குட்டி சமஸ்தானத்தில் பொக்குளங்களோடு ஜலசயனம் நடந்தது.

***

கண் விழிப்பது சிரமமாய் இருந்தது. குப்புறக்கிடத்தியிருந் தார்கள். ஆசுபத்திரி வாசனை. புதிய ஆம்புள வார்ட்டில்

ஒன்பதாம் கட்டிலில் பிடரி பொசுங்கிய சிறிய தலை. சேலைன் குத்திய பெரிய பிளாஸ்டர் கையை இறுக்கியது. பக்கத்தில் உம்மா அழுது அழுது என் கையில் கண்ணீர் விழுந்து காய்ந்த பிசுபிசுப்பு தெரிந்தது. முதுகில் புலிக் குட்டியின் மிதமான தணலில் அப்போதும் மெல்லிய அடுப்பு எரிந்தது. வாப்பாவைப் பார்த்தேன். கையில் கிழங்கு பார்சலோடு நின்றிருந்தார். புதிய ஆம்புள வார்டில் புலிக் குட்டி வாசனை. ●

# சது என்கிற சங்க இலக்கியம்

இரவுகளைத் தின்னும் ஆந்தைகள் ஏற்கனவே பேசத் தொடங்கின. அலம்பும் சத்தத்திலிருந்து தாய் குட்டி என்று கருங்குரங்குகளில் வித்தியாசம் தெரிந்தது. கொல்லன் அழிசி விடுதியில் அவன் அறையில் மட்டும் லைட் எரிந்தது. அவனைத் தவிர எல்லோரும் உறக்கம் அல்லது போர்வைக்குள் மங்கலான மொபைல் வெளிச்சமாக இருந்தனர். சுண்ணாம்புச் சுவரை நீர் உறிஞ்சிய இடங்களில் பூச்சுக்கழன்று சிறிய கரிய பல்லிகள் குடியிருந்தன. மேசையிலிருந்த தேயிலைக் கோப்பையைச் சுற்றி எறும்புகள் ஏறியிருந்தன. புத்தக அடுக்குகள் நடுவில் 'நவீன இலக்கிய கோட்பாடுகள் - மறுப்பு' புத்தகம் மட்டும் நிறைய நிறக்கீலங்களை பக்க அடையாளமாகக் கொண்டிருந்தது. அவனுக்குள் குரல்கள் குரங்குகளைப்போல கறுப்புப் பல்லிகளைப்போல அழிசியை மூடும் இரவைப்போல வேறு வேறு ஒலிகளில் கேட்டன.

"நீயே ஒரு சங்ககாலம், உனக்கென்னத்துக்கு பின்னவீனம்"

"லெக்சர் மார ஏன்டா பகைச்சுக்கிறாய், ஃபெயில் போட்டாங்க எண்டா என்ன செய்வ.."

"டேய் வெண்ண, உன்னால எல்லாருக்கும் சிக்கல், கள்ளச் சைன் வெக்க ஏலாது. நைட் ல வெளில போக ஏலாது. தேவையில்லாத வேல பாக்காத.."

"ஒழுங்கா மேடம் சொல்ற ஹெட்டிங்க எடேன்டா.."

குரல்கள் சப்தமிளகி தண்ணீரில் மூழ்குவதைப்போல இறங்க குரங்குகள் அலப்பலும் ஆந்தையின் அலறலும் அப்படியே இருந்தன. அவன் தூங்கியதும் பிசுபிசுத்த உடல் மீதும் எறும்புகள் ஏறியிருந்தன.

***

“வாங்க, சங்க இலக்கியம்..”,

“என்னடா டைம் போய்ட்டு புலவரக் காணல்ல எண்டு பாத்தேன்” எனப் பேராசிரியர் தவராசா சொன்னதும் விரிவுரை மண்டபமே கொல்லென்று சிரிக்க ஆரம்பித்த சத்தத்தில் பக்கத்தில் மண்டபத்தை ஒட்டிய கத்தாமரத்தில் பருப்புத் தோண்டித்தின்ற கருங்குரங்குகள் தெறித்து ஓடியது கண்ணாடி ஜன்னல் வழியே தெரிந்தது. சது வந்து வழக்கமான ஆசனத்தில் உட்கார்ந்ததும் பேரா. தவராசா ஒப்பிலக்கியம் பாடமெடுத்துக்கொண்டிருந்தார். நானூறு பேர் முன்னிலை யில் அப்படி சொல்லியும் எந்தக் கூச்சமோ அவமானமோ சபலமோ இன்றி வந்து முன் வரிசையில் குந்தினான். உண்மையில் அவனுக்கு விரிவுரைகளுக்கு பிந்தி வருவது பழகிப் போயிருந்தது. சதுசன் கணேசலிங்கம் என்ற பெயருக்கு நேரே கையெழுத்திட்டான். அவன் மட்டும் தைத்த சேர்ட் அணிந்திருந்தான். பெரும்பாலும் ரெடிமேட் சேர்ட்களோ டீ சேர்ட்களோ மற்ற மாணவர்கள் அணிந்திருந்தார்கள். அந்த விரிவுரையில் இடாப்பில் தமிழில் கையெழுத்திட்ட ஒரே தமிழ்த் துறை மாணவன் சது தான். எண்ணெய் வழியும் முகம், கரைவலை இழுத்து இறுகிய கைத்தசைக்கட்டுகள், ரோமமடர்ந்த மார்பிலிருந்து ஒழுகும் வியர்வை, கிட்டப் பார்த்தால் தெரியும் திருநீறுப் பூச்சு, கையில் சுற்றிய மாமலங்காடு முக்குறுணிப்பிள்ளையார் கோவில் சிவப்பு நூல் திரட்டு, கீழே கணுக்காலில் விரியும் கால்சட்டை, தென்னை மரம் போட்ட கறுப்பு பாட்டா என ஓல்ட்டு ஃபெசனாக இருப்பான். பழைய பொத்தான் மொபைல் பாவிப்பான். எந்த சோசியல் மீடியாவிலும் இருக்கமாட்டான். பெண்களோடு பேச மாட்டான். பயந்த சுபாவம் போல் காட்டிக்கொண்டாலும் ஊமக்கோவத்தை அவ்வப்போது காட்டிவிடுவான். பழைய காலத்து ஆசாமி போல சுற்றித்

திரிந்ததால் சங்ககாலம் னு கூப்பிட ஆரம்பித்தனர். இந்தப் பெயர் பேராசிரியர்கள் விரிவுரையாளர்கள் வரை பிரபலம்.

"'*Comparative Literature*' என்ற வார்த்தை ஆங்கிலத் தொடரை ஒப்பியல் இலக்கியம் என்று டாக்டர் க.கைலாசபதி தமிழ்ப்படுத்தினார். ரெனிவெல்லாக்கும், ஆஸ்டின்வாரனும் எழுதிய '*Theory of Literature*' என்ற நூலை இலக்கியக் கொள்கை எனத் தமிழ்ப்படுத்திய குளோரியா சுந்தரமதி 'ஒப்பிலக்கியம்' என்ற சுருங்கியத் தொடரை எடுத்தாண்டார். ஒப்பிலக்கியம் என்பது இன்று இலக்கிய ஆராய்ச்சியில் ஒரு தனித்துறை. அறிவியல் நோக்கும் புதுமைப் பார்வையும் முருகியல் நுகர்வும் பின்னிப்பிணைந்ததே ஒப்பிலக்கியம் ஆகும்." என பேரா. தவராசா விளக்கிக் கொண்டிருந்தார்.

அந்த விரிவுரை மண்டபத்தில் விரிந்த மேடை போல பலகையால் உயர்த்தப்பட்ட திட்டில் இருபது அடி நீளத்தில் இரண்டு பங்காக அகலவாக்கில் பிரிக்கப்பட்ட கரும்பலகை நன்கு தெரியவென ட்யூப் லைட் போடப்பட்ட சட்டம் பொருத்தப்பட்டு சுழலும் சங்கிலி பற்சில்லுத் தொகுதியோடு தொடுக்கப் பட்டிருக்கும். கீழ் பலகை எழுதி முடித்ததும் பின்னால் உள்ள மாணவருக்கு தெரியவன பக்கமாக உள்ள கைப்பிடியை சுழற்ற கீழிருக்கும் பகுதி மேலே செல்ல பின்வரிசை மாணவருக்கும் தெளிவாகத் தெரியும். ஒலிவாங்கி யிலே விரிவுரை நடப்பதால் சத்தமாகப் பேசவேண்டிய தொல்லையிராது. ஒவ்வொரு இரு பென்ச்சுகளுக்கு பிறகு வரும் பென்ச்சுகள் உயரமாக அமைக்கப்பட்டு வளைந்த வில் போன்று விரியும் ஆசனவரிசை அமைக்கப்பட்டிருக்கும். இடைவெளி விடப்பட்ட சீரான வரிசையில் மின்விசிறிகள் ஒவ்வொன்றும் தனித்தனி ஓசைகளோடே சுழலும். அந்த ஓசைகளின் சேர்க்கைச் சப்தம் மர ஆலையொன்றினுள் இருப்பது போலவோ கொல்லனின் கம்மாலைக்கு மிகப்பக்கத்தில் நிற்பது போலவோ அவ்வப்போது கைத்தறி நெசவு வீட்டுக்கு பக்கத்தில் குடியிருப்பது போலவோ இருக்கும். மின்விசிறிக்கு மேலே உள்ள கொங்கிறீட் தளத்தில் ஆண்டுகாலமாக குடியிருக்கும் பெரிய பழுப்பு நிற சிலந்தி

களின் கண்களுக்கு விரித்த எண்ணெய் வைக்கப்பட்ட வறண்ட தலைகளும் சடை பின்னப்பட்ட வகிடுகளும் நிறப்பாவாடைகளும் அடிக்கடி வெளிச்சம் வரும் மொபைல் திரைகளும் மின்விசிறிக்கு கீழே தெரியும். இருபக்கமும் உள்ள ஒலிபெருக்கிகளையும் மின்விளக்குகளையும் ஒரே வரிசையில் பொருத்தியிருப்பர். வெளியிலிருந்து வெளிச்சம் வராமலிருக்க ஜன்னல் கண்ணாடிகளின் உள்புறமாக ஒட்டப்பட்டிருந்த கறுப்பு நிறத்தாள்கள் கிழிக்கப்பட்டிருந்தன. மீண்டும் கருங் குரங்குகள் வந்திருந்தன. அவற்றின் அலப்பலும் தொம் தொப்பென்று கூரையின் மேல் கூத்தாடும் சப்தமும் பழகி யிருந்தது. மரத்திலமர்ந்து பருப்பு தின்னும் போது மட்டும் கருமையான அடியில் சாம்பல் சாயமுள்ள வால்கள் தொங்கும். பாடம் முடிந்ததும் இறுதியாண்டு ஆய்வுகள் பற்றிய தலைப்புகளைத் தேர்வு செய்து ஓரிரு நாட்களில் அறிவிக்க வேண்டுமென்றார் பேரா. தவராசா. வருமுலையாரித்தி வளாகத்தில் சரஸ்வதி வழக்கம் போல வீற்றிருந்தாள். அவளின் தாமரைப் படுக்கையின் மென் சிவப்பு பெயிண்ட் வெளிரி வெள்ளைத்தாமரையாகி விட்டிருந்தது. வீணையில் குருவிகள் வரிசையாக நிற்பதை வைத்து என்ன சுரமெண்டு கண்டுபிடியுங்களேன் என்பார் சுகுமார் சார். வளைவாக நடப்பட்ட அனிச்சம் மலர்கள் பூத்துக் கிடந்த இடையில் நடப்பட்ட கற்றாழைத்தண்டுகள் நெரிசலில் உடைந்து சாறு வடிந்தன. மாணவர்கள் கூட்டமாக பேசிக்கொண்டனர். சில விரிவுரையாளர்களின் ஆய்வுத் தலைப்புகளுக்கு நல்ல கிராக்கி இருந்தது. அவை ஒன்றும் முக்கிய தலைப்புகளோ சுவாரசியமான தலைப்புகளோ அல்ல. அந்த விரிவுரை யாளர்கள் கெடுபிடிகள் அற்ற மென்மையானவர்கள். மாணவர்களின் கட்டுரைகளை அவர்களே திருத்தி நல்ல கட்டுரையாக மாற்றுவார்கள். புள்ளிகள் கூட இனாமாக கிடைக்கும். அதனாலேயே அந்தத் தலைப்புகளுக்கு மவுசு இருந்தது. மாணவர்களின் வகுப்பு நிலை அடிப்படையில் தலைப்புகளை தேர்வு செய்கிற முடிவு எட்டப்பட்டதும் எல்லோரும் வருமுலையாரித்தி வளாகத்தில் ஒன்று சேரும் படி தகவலிருந்தது. விதுர்சா, ரிப்கா, டிலோஜா என வரிசையாக தங்களது தலைப்புகளை சொல்ல எல்லோரும்

அடுத்தடுத்த எஞ்சிய தலைப்புகளில் ஏற்கனவே முடிவு செய்த ஒன்றில் கண்ணை குத்தியபடி இருந்தனர். சதுவின் முறை வந்ததும் தான் சொந்த தலைப்பை எடுப்பதாக ஒரு குண்டைப் போட்டான். கூட்டத்தில் சிறு சிறு சலசலப்புகள் இருந்தாலும் அடுத்தடுத்த தலைப்புகள் தெரிவாக கவனங் கலைந்தது. பொதுவாக தமிழ்த்துறை இறுதியாண்டு ஆய்வுத் தலைப்புகளை விரிவுரையாளர்கள் முடிவு செய்து பட்டிய லிடுவர். மாணவர்கள் அந்தத் தலைப்புகளிலொன்றை தெரிவு செய்வதில் மும்முரமாக இருப்பர். சொந்த தலைப்புகள் என்ற இடரை எடுப்பதே இல்லை. அது விரிவுரையாளர்களை மதியாத தனத்தைக் காட்டிவிடக்கூடும் எனப்பயந்திருந்தனர். சது பயந்தாங்கொள்ளி. வழக்கமான கருங்குரங்குகளை, வடிகான் மூடிகளிலிருந்து மெதுவாக வெளிவரும் சாரைகளை அழிசி பெல்கனியில் அடையும் முட்டைக் கண் ஆந்தைகளைக் கண்டு அச்சப்படுவான். அதற்குப் பிறகும் அப்படியே இருந்தான். கேன்டீனில் இருக்கும் கறுப்பு பூனைகளுக்கு பயந்து வெளிக்கடைகளில் சாப்பிட்டான். குறுக்குவழி புற்திட்டுகளில் கருப்பு நத்தைக்கு பயந்து சுற்று வழியால் ஏறி இறங்கினான். அழிசி இரண்டாம் மாடி 124ம் அறையில் புத்தகங்களோடு ஒடுங்கிக் கொண்டான். பாதி நேரம் லைபிரேரியிலே கழித்தான். தூங்காமல் குரங்குகளோடே எண்ணங்களை அலப்பியும் கரும்பல்லிகளை விரட்டியும் நசுங்கிய ஆந்தை முகத்தில் துப்பியபடியும் இருந்தான். அகிலா மேடத்தின் குளிர்ந்த அறையில் அவனது நடுக்கங்கள் இரைந்து நினைவுக்கு வரும். அந்த அறை லாக்கையில் ஒரு கங்காரு பொம்மை அழுவது போல ஒரு சிற்பமிருக்கும். அதற்குப் பக்கத்தில் அகிலா ரஞ்சகுமார் கட்டுரைகள் என்ற புத்தகங்களிருக்கும். இந்தக் காட்சியே அவனுக்குள் ஓடும். அழிசி 124 அவனுக்கு மட்டும் குளிரூட்டப்பட்டு உடல் பிசுபிசுக்க நடுங்கும். அவன் பார்த்திருக்கவே கூடாது. அகிலா மேடத்திடம் பேசியிருக்கவே கூடாது. அவனோடு சேர்ந்து சாரைகள் நத்தைகள் பூனைகள் ஆந்தைகள் என எல்லாமும் அவஸ்தைப் படுவதாக நினைத்தான்.

***

கண்ணாடி அறையில் டொக்டர் அகிலா ரஞ்சகுமார், லெக்சரர் ஒன் அசைன்மென்ட் பேஸிஸ் என எழுதப் பட்டிருந்தது. இளம் புல்லூர்க்காவிதி இலக்கிய ஆய்வுப் பிரிவில் விரிவுரையாளர்கள் கேபின்கள் குளிரூட்டப்பட்டு வரிசையாக இருந்தன. அந்தப் பிரிவில் படிநிலை குறைந்த விரிவுரையாளர்களுக்கே கேபின் ஒதுக்கப்பட்டிருந்தன. மாணவர்கள் சிலர் வேறு விரிவுரையாளர்களுக்காக காத் திருந்தனர். காத்திருக்கும் விறாந்தையில் ஸ்டூல்கள் சம்பிர தாயமாக போடப்பட்டிருந்தாலும் மாணவர்கள் நின்றபடியே காத்திருந்தனர். உள்ளே நிறுத்தி வைக்கப்படாத குளிரூட்டி களால் கண்ணாடி சுவரில் பனிபடிந்து கசிந்து நூல்களாக வழிந்தது. அகிலா மேடம், அவனுக்குப் பிடித்த பெயர். அவனை சதுசன் என வாஞ்சையோடு கூப்பிடும் ஒரே விரிவுரையாளர். சதுசன் கணேசலிங்கம் என்று அவர் சொல்கிற போது அலப்பும் குரங்குகள் வாயை மூடி விடும். மின்விசிறிகள் இரைச்சலின்றி இயங்கும். சிலந்திகள் வெளியே வரும். மேடம் வந்து கதவை திறந்து உள்ளே போகவும் திறப்போடு சேர்ந்த பஞ்சு பொம்மைக்குட்டி கீ டெக் குலுங்கியபடி கதவிலேயே தொங்கியது. முகம் அவ்வளவு சரியில்லை.

“மேடம், உங்கட ஆய்வுகள் ஏதாவதுல ஒண்ட எடுக்கலா மெண்டு இருக்கேன்..”

“சரி வாங்க..”

றாக்கையிலிருந்த கங்காரு சிற்பத்தையே பார்த்தபடி இருந்தான். அது அழுதபடி இருப்பதில் கொஞ்சம் இரக்கப் பட்டான்.

“இன்னும் சூப்பர்வைஸர் லிஸ்ட் போடல்லியே. ஹெட்டிங் சூஸ் பண்ண பிறகு தானே யார் யாருக்கு எந்தெந்த லெக்ஸரர் வருமெண்டு தெரியும்..”

அப்போது தான் சிறுத்தையின் தோலையொத்த டாப் அணிந்திருந்த ஒப்பனை பெரிதாக இயல்பான அழகோடு

இருக்கும் முகத்தில் சிரிப்பு மட்டுமே குறைச்சலென்று ஆதங்கப்பட்டிருந்தான்.

"இல்ல மேடம், நீங்க தான் சூப்பர்வைசர் போடுற எண்டு கதை அடிபடுது. நீங்க எனக்கு வந்தா கடும் நல்லம் மேடம்.."

முன்னரை விடவும் முகம் இறங்கியிருந்தது. அகிலா கண்டபடி திட்டி விட்டார். ஹெட் ஒப் த டிபார்ட்மெண்ட் இடம் சொல்லப்போவதாக எச்சரித்தார். உண்மையில் விரிவுரையாளர்களுக்கு சிறப்பு அதிகாரங்கள் அங்கிருந்தன. சிரேஷ்ட விரிவுரையாளர் ஒருவர் குற்றஞ்சாட்டும் மாணவனுக்கு விசாரணை இன்றிய தண்டனை அங்கிருந்தது. படிநிலை குறைந்ததால் தான் அதிகமாக வேலை வாங்கப் படுவதாக அகிலாவுக்கு ஒரு மனக்குறை இருந்தது. யாரிடமோ கொட்ட வேண்டியது மொத்தமாக குரங்குத் தாவல் போல மொத்தமாக அவனிடம் இறங்கியது. அவன் கங்காரு சிற்பத்தை விடவும் மோசமாக அழுதான். தெரியாமல் கேட்டு விட்டதாக கெஞ்சினான். அழுத கண்ணீர் அவனது கழுத்து வழியே இழை போல, கருங்குரங்கு வால் போல ஓடிக்கொண்டிருந்தது. அதை கண்டு கொள்ளாதது போல கம்பியூட்டரில் எதையோ பார்த்தபடி இருந்தார். அறைக்கு வெளியே நின்ற நாகமரத்தில் அணில்கள் ஒன்றை ஒன்று துரத்தியபடி இருந்தன. தூரத்தில் மலை மேலிருந்த தண்ணீர் தாங்கி மேல் சிவப்பு அபாய எச்சரிக்கை விளக்கு பகலிலும் தெளிவாக விட்டு விட்டு எரிந்தது.

"இது மன்னிக்க முடியாத குற்றம், சரியா. நீங்க இந்த ஆய்வுக் கட்டுரைக்கு தலைப்ப சொந்த தலைப்பாகத்தான் எடுக்கவேணும். அதுவும் நான் சொல்ற தலைப்பு. சரி நான் உங்கள என்ட டீம் ல போடுறேன். சரியா." என நிமிர்ந்தார். அவள் அழுது வடித்த குரங்குக்கோடுகள் சில்லென்று காய்ந்து போயிருந்தன.

"இது தான் உங்களுக்கு பனிஸ்மெண்ட். வெளில யாருக்கும் தெரியக்கூடா.."

"மேடம், என்ன தலைப்பு மேடம்." என்ற போதே ஒரு பேப்பரில் தலைப்பை எழுதி வைத்திருந்தார். சது வெளியேறிய

போதே கொஞ்சம் சமாதானமாகியிருந்தான். மேடம் இருப்பதால் பார்த்துக் கொள்ளலாம் என்று உள்ளே ஒரு குரல். (ஆந்தைக்குரல் அல்லது கரிய பல்லிகளின் குரல்) ஆனாலும் தலைப்பு அவனைத் தொந்தரவு செய்தது. மாமலங்காட்டுக் களப்பில் மீன் பிடிப்பது போல புளியமரத் தடியில் கிழங்கு அவித்து மிளகாய், வெங்காயம் புளி கரைத்துத் தொட்டுத் திண்டாலென்னவென்பது போல நினைத்து கொண்டான். சிறிய வீட்டையும் சமூர்த்தி மாடுகளையும் முக்குறுணிப்பிள்ளையாரையும் நினைத்துக் கொண்டான். அந்தத் தமிழ்த்துறையில் பேரா. தவராசா கண்டிப்பான ஆள். விரிவுரைகளில் பாதி நேரம் பின் நவீனத்துவ வாதிகளையே திட்டுவார். பின்நவீனத்துவம் வரலாற்றுவாதத்தையும் அடித்தளவாதத்தையும் மறுத்து கருத்து விலகலை ஊக்குவிப்பதை ஆதரிப்பதை அவர் ஏற்றுக் கொள்ளவில்லை. பின்னாளில் பின்நவீனத்துவம் சார்ந்து எழுதியவர்களை பின்நவீனத்துவ பன்னாடைகளென்று 'பீபா' என்று எள்ளி நகையாடுவார். பின்நவீன மறுப்பாளர்கள் பற்றி பேசும் போது சட்டையுரித்த சாரைப்பாம்பு போல உற்சாகமாகிவிடுவார். இவர் தலைவராகவுள்ள தமிழ்த் துறையில் சொந்தத் தலைப்பில் அதுவும் ஈழத்து இலக்கியத்தில் பின்நவீனத்துவம் நிகழ்த்திய விவாதங்கள் என ஆய்வு நடத்துவதை நினைத்தாலே நடுங்கியது. ஏறத்தாழ அகிலாவின் குளிரூட்டிய அறையிலிருக்கும் அதே நடுக்கம். வெளியில் நாகமரக்கொப்புகளில் தலைகீழாய்த்தொங்கும் அணில்களின் அதே மயக்கம். சங்க இலக்கியம் சொந்தத் தலைப்பில் பின் நவீனத்துவ ஆய்வுசெய்கிறானாம் என்று விரிவுரையாளர்கள் சொல்லிச் சிரித்துக்கொண்டதை பலரும் அவனிடம் சொல்லி எச்சரித்தனர்.

***

"புரபோசலையே தாண்ட மாட்டாய் டா."

தண்ணீருக்குள் மூழ்கிய குரல்கள் தெளிவாகக் கேட்டன. ஏறுவெயில் சிவப்பிலிருந்து ஆரஞ்சுக்கு மாறியதில் குருவி களெல்லாம் கொல்லன் அழிசியிலிருந்து வருமுலையார்த்தி சரஸ்வதி சிலைக்கு பறப்பது போல பாளமாக இரைந்தன.

கருங்குரங்குகள் சோம்பேறியைப்போல தொங்கும் வால் களோடு அப்படியே இருந்தன. ஆந்தைகள் ஊசாட்டமில்லை. பிசுபிசுத்த உடலிலிருந்து தேயிலைக்கோப்பையிலிருந்து எறும்புகள் இறங்கியிருந்தன. அப்போதும் உறக்கத்திலோ போர்வைக்குள் தொங்கும் மொபைல் வெளிச்சத்திலோ படுத்திருந்தனர். சது எழும்பியிருந்தான். புரோபோசல் எக்சாமினேசன் அன்றைக்கு ஒன்பதரைக்கு ஐயூர் மூலங்கிழார் அரங்கில் இருந்தது. இறுதியாண்டு ஆய்வுக்கான முன்மொழிவு எனத் தலைப்பிடப்பட்ட நாற்பது பக்க புத்தகம் தயாராக விருந்தது. தலைப்பை வாசிக்கவில்லை. வாசிக்கும் தெம்பு மில்லை. எக்சாமினேசனுக்காக வெள்ளை ஃபுல் ஸிலீவ் சேர்ட், கறுப்பு லோங்ட்ரவுசர், முக்குறுணி விநாயகர் சிவப்பு நூல், மடித்து சீவிய தலையோடு ஐயூர் மூலங்கிழார் அரங்கில் காத்திருந்தான். மூலங்கிழாரின் ஓட்டுப் புறாக்கள் அன்றைக்கும் குனுகின. காத்திருக்கும் கதிரை வரிசையின் முன்னால் மேசையொன்றில் அகிலா அமர்ந்திருந்தார். அவரிடம் முன்மொழிவு அறிக்கையின் நகலை கொடுத்து விட்டு அமர்ந்தான். அவனது வேண்டுதலெல்லாம் திருக் குமரன் சாரோ இசுமாயில் சாரோ பிரைமரி எக்சாமினர் களாக வரவே கூடாது. இவர்கள் தான் பின்நவீனத்துவ இலக்கிய கோட்பாடு: மறுப்பு புத்தகத்தில் தீவிரமாக கட்டுரை எழுதியவர்கள். அவர்களிடமே அவர்களது கட்டுரை பற்றி மீளாய்வு செயவதையோ விவாதிப்பதையோ அவனால் நினைக்கவே முடியவில்லை. அகிலா இவனது முன்மொழிவு அறிக்கையின் தலைப்பை கடைக்கண்ணால் பார்த்துக்கொண்டார். அவனுக்கு முன்னர் இருந்த மாண வனும் எழுந்து சென்றுவிட்டான். அவன் தான் ஒழுங்காக மேடம் சொல்லும் தலைப்பையே எடுக்கச் சொன்னவன். பதட்டமதிகரிக்க அவனுக்கு வியர்த்தது. வெள்ளை சேர்ட் நனைந்து அகிலாவின் கேபின் கண்ணாடிகளை போல குளிர்ந்து ஒழுகியது. விரல்களிடுக்கில் வியர்த்தது. கைக்குட்டையை அவசரத்தில் மறந்து விட்டிருந்தான். திருநீறு வைக்க எண்ணெய் போட்டுத்தலை சீவ அம்மா ஃபோட்டோ பார்க்கவென ஏராளமானவற்றை மறந்திருந்தான். இந்நேரம் அம்மா மாமலங்காட்டில் புளியமரத்தின் கீழ் கறவைப்

பசுவுக்குத் தவிடு வைப்பாள். இப்போது அவன் முறை. சதுசன் கணேசலிங்கம் என்ற குரல் உள்ளேயிருந்து அறைந்தது. திருக்குமரன் குரல். கால்கள் தொங்கும் பழுப்பு நிற சிலந்திகள் போல வெடவெடத்தன. உள்ளே போனதும் ஆ.. சங்க இலக்கியம் எனும் பின்நவீனத்துவ பன்னாடை என்றார் இசுமாயில். திருக்குமரன் குறுகலான சிரிப்போடு அமரும் படி சைகை செய்தார்.

***

வெளியே மூலங்கிழாரின் ஓட்டுப் புறாக்கள் இன்னும் குனுகியபடி இருந்தன. ஒரு புறாவின் முட்டை கீழே விழுந்து நொறுங்கிய இடத்தில் சிவப்பு நிற எறும்புகள் மொய்த்தன. வருமுலையார்த்தியின் சரஸ்வதி வீணையில் குருவிகள் தாறுமாறாக குந்தியிருந்தன. எந்த சுரமும் அகப்படவில்லை. அவன் கையிலிருந்து வழுவும் முன்மொழிவு அறிக்கையில் ரிஜெக்ட்டெட் என்று எழுதப்பட்டிருந்தது. அவனுக்கு மூலங்கிழாரின் பாடல் ஏனோ நினைவுக்கு வந்தது. முதல் வருட ராக்கிங் காலத்தில் எல்லோரும் பாடமாக்க வேண்டிய பாடல். சத்தமாக மாமலங்காட்டின் களப்புவரையில் செந் நாரைகளை துரத்துவது போல முணுமுணுத்தபடி ஓடினான்.

"இரும்புஉண் நீரினும், மீட்டற்கு அரிதுஎன,
வேங்கை மார்பின் இரங்க வைகலும்
ஆடுகொளக் குழைந்த தும்பைப்,
புலவர்
பாடுதுறை முற்றிய கொற்ற வேந்தே!"

கருங்குரங்குகள் அவன் சத்தமாக முணுமுணுத்தபோது மட்டும் பருப்பு தின்னவில்லை. ●

# மூந்நூறூவா

“பொறுடா என்ன அவுசரமொனக்கு, இப்ப பதறியடிச்சுப் போய் என்னத்த கிழிக்கப் போறாய்..” கடைக்கார செய்யது மக்கீன் கத்தினார்.

நான் தூக்கி வந்த வண்டப்ப வாளியோடு கால்களை அண்டவைத்து கல்லாப் பெட்டி மேடையில் சாய்ந்து நின் றேன். கடையிலிருந்தவர்கள் என்னையே திரும்பி பார்த்தனர். அவமானத்தில் என் கைகள் நடுங்கவும் வாளிப்பிடி கம்பி கடகடத்தது. கீழே பார்த்துக் கொண்டேன். எனக்கு முன் சிரித்த பற்களைப் போல மேலே வெள்ளையாக ஒரு சீலிங் ஃபேன் மெதுவாகச் சுற்றியது. வெப்புசாரத்தில் கால்கள் வலிந்து அண்ட வாளி நசுங்கி மூடி கழன்று விழுந்தது. மூடியை பொறுக்க குனிகிற போது கடையில் இருந்த அத்தனை பேரும் என்னை மிதிப்பது போலிருந்தது.

உம்மா வண்டப்பம் சுடத்துவங்கியதிலிருந்து செய்யது மக்கீனின் கடைக்கு அப்பம் கொடுப்போம். அவர் கடைக்கு எங்கள் வண்டப்பத்திற்காக வேண்டியும் மில்க்மைட் டீக்காகவும் ஆட்கள் ஏறியடிப்பர். வாப்பா போனபின் வாளி எனக்குக் கைமாறியது. மரியாதை வாப்பாவோடு போய் விட்டது. செய்யது மக்கீனின் கடை வெள்ளைப்பள்ளிக்கு முன்னால் பென்ச் வரிசையோடு பஸ் ஸ்டாண்ட் வரை தெரியும். ரொட்டி மேக்கரின் தகட்டு மேசையில் ரொட்டிக் கல்லு துடைக்கும் சீலையும் எண்ணெய்க்குப்பியும் பெட்டீசு

வெட்டும் அச்சும் கவிழ்த்துக்கிடந்தன. ரொட்டி மேசைக் கண்ணாடி போன இலக்சன் காலத்தில் யாரோ உடைத்ததில் பொலீதீனால் மாற்றப்பட்டிருந்தது. அதுவும் வெயிலுக்கு மஞ்சளடித்து மாத்துண்டுகள் அப்பியதை ஈ மொய்த்தது. வெளியே நின்ற அரசமரத்து ஆந்தைக்கூடுகளுக்குக் கீழே இருந்த பென்ச்சுகள் வெள்ளையாய் தடிப்பமாய் நாற்ற மடித்தன. பெரிய அரசமரம். நாலுபேர் கை கோர்த்துப் பிடித்தால் தான் சுற்றளவு பிடிபடும். எங்களூர் பட்டின சபையான போது வைத்த மரமாம். அதனால் என்னவோ அரசு மரத்தடியில வெட்டுக்குத்து அடிபுடி வகையறா குழப்பங்களுக்கு குறைவிருக்கவில்லை. பெருநாள் காலங்களில் இரவில் மரத்தைச் சுற்றி கடைகள் முளைக்கும். சேர்ட்டு, சாரன், பாட்டா, நாட்டுக்கோழி வான்கோழி வியாபாரம் தடபுடலாகும். வெள்ளைப் பள்ளி கந்தூரி நாட்களில் பாவாமார்களை அரிந்து சஹனுக்குள் போடும் வெட்டுக் குத்து, பைத்து திருக்கலியாணமெல்லாம் நடக்கும். புதிதாக சந்தைக்கு வரும் உழவியந்திரம், கிருமிநாசினி போர்டுகள் அரசைச் சுற்றித் தொங்கும். சர்பத் வண்டி, கடலை வண்டி, கோடையில் அவ்வப்போது தெம்பிலி வண்டியென அரசின் நிழலில் பலர் புழங்கிக் கொண்டிருப்பர். கடும் கோடையில் கட்டாக்காலி மாடுகள் ஒதுங்கி நிற்கும். அரசு மரத்திலிருந்தே ஊரின் வீதிகள் உள்ளே பிரிந்து செல்லும்.

இந்த இடத்தில் செம்மக்கீனின் (செய்யது மக்கீன் மருவிற்று) தேத்தண்ணிக் கடை பிரபலமாயிருந்தது. நாங்கள் இல்லாவிட்டாலும் இன்னும் நூறுபேர் அவனுக்கு வண்டப்பம் குடுக்கலாம். ஆனால் எங்களுக்கு அவனை விட்டால் வேறு கடையில்லை. இப்போது யாரும் வண்டப்பம் பெரிதாக சாப்பிடுவதில்லை. சுபஹூக்குப் பள்ளிக்கு வரும் சனம் முழுக்க அரசு மரத்தடியில் கூடுவதால் அவ்விடத்தில் இருந்து கத்திக்காரனையோ மேசனையோ பிடிப்பது இலகுவானதால் செம்மக்கீனின் கடையில் மட்டும் தான் எங்கூரார் வண்டப்பம் தின்றனர். அப்படி பழகிவிட்டனர்.

"காக்கா டைம் போகுது காக்கா.."

கடையில் வேலை செய்யும் கியாஸை அவசரப் படுத்தினேன். முந்நூறு ரூபாய்க்காக அவ்வப்போது பற்களை

காட்டினேன். ஒரு கிழமை வண்டப்பம் குடுத்தால் முந்நூறு ரூபாய் கிடைக்கும். மொத்த குடும்பமும் அந்த முந்நூறில் மூச்சு விட்டோம். அடுப்படியில் கரி மூண்டு வளர்ந்ததிலிருந்து நாங்களும் வளர்ந்தோம். என் உயரத்தில் சாம்பல் புறக் கடையில் குவிந்து கிடந்தது. அப்பம் அவிந்து மூடியைத் திறக்க வரும் ஆவியைப் போல எனக்குள்ளே பொருமல் வந்து சிக்கி நின்றது.

“முட்டக்கோஸ் வந்திட்டா கியாஸ்.?” செம்மக்கீன் கியாஸை துரத்துவது போல் சத்தமெழுப்பினார். செம்மக்கீன் தடித்த உயரமான தேகம். வைட் அண்ட் வைட் தான் அணிவார். ஹொண்டா சீ ஃபிப்டியில் தான் வருவார். அவர் கொஞ்சம் கோபக்காரர். ரொட்டி மேக்கரிலிருந்து டீ மேக்கர் வரை நேரத்திற்கு வேலை நடக்க வேண்டும். மேசை துப்பரவு எல்லாம் படு வேகமாக இருக்க வேண்டும். தேத்தண்ணி கிளாஸை கழுவி கவிழ்க்குமிடத்தில் ஈ மொய்க்க கூடாது. சுபஹீ பாங்குக்கு முன்னர் வண்டப்பம் வந்து விடவேண்டும். பாங்கிலிருந்து தொழுகை முடிவது வரை கொஞ்சம் நேரமிருக்கும். அதுவரை கடைக் கதவுப்பலகை ரெண்டு தான் திறந்து இருக்கும். தொழுகை முடியத்தான் கடையைத் திறக்க வேண்டும். ஆனாலும் வண்டப்பம் பாங்குக்கு முன்னர் வந்துவிடவேண்டும். இத்தியாதி முரட்டு கொள்கைக் காரர். கொஞ்சம் பிந்தினாலும் அந்தக் கிழமை மூடிய காசு தராமல் அலைக்கழிப்பார். காசு கேட்டு கெஞ்சுவதை உள்ளாற ரசிப்பார். அவருக்குத் தெரிந்திருந்தது. மக்பூலின் சில்லறைக் கடையில் இந்த முந்நூறிலே கணக்கு முடிப்பதும் தங்கச்சியினதும் எனதும் வகுப்புக்காசுக்கு மிச்சத்தை சேர்ப்பதும் தெரிந்திருந்தது.

“காசத்தாங்கோ பொஸ்ஸி..” குரல் இறங்கி தழுதழுத்ததில் விழுங்கி எச்சிலால் வறண்ட தொண்டையை ஈரமாக்கினேன்.

“என்னெரங்குடி நிக்கேன்..” கண்கள் கிட்டத்தட்ட நிரம்பிற்று. மூடினால் இரண்டோ ஒன்றோ துளிகள் விழுந்து விடும். பரிதாபப் பட்டிருப்பார் போல. சில்லறை வந்ததும் தருவதாக ஒரு காலியான மேசையில் உட்காரச் சொன்னார். அந்த மேசை கல்லாப் பெட்டியோடு சேர்ந்திருக்கும். கடையில் சுபஹீலிருந்து நின்றிருந்தேன். நல்ல வெயில்

வந்ததும் தான் உட்காரச் சொன்னார்கள். இவர்கள் இப்படி நடத்துவது முதல் தடவையல்ல. எந்தப் புள்ளியிலும் மனிதனாக உணரமுடியாத அடிமைத்தனத்தை கழுத்துவரை வாளிக்கம்பி கடகடப்பது போல சிரித்த பற்கள் ஃபேனாக சுற்றுவது போல அடிக்கடி செம்மக்கீனின் கடை காட்டிக் கொண்டிருந்தது. மேசை மேல் தேத்தண்ணி கிளாஸின் அடிவட்ட அச்சில் நீர்வளையங்களிலிருந்தன. ஒரு நீர் வளையம் இழுபட்டு என் விம்பம் அதன் மேல் கொப்பளித்தது. அந்த விகாரத்திலும் கண்கள் குளமாயிருந்தது தெரிந்தது.

வாளியைக் கால்களுக்கு இடையில் அண்டவைத்து இன்னும் காத்திருக்கத் தொடங்கினேன். முட்டைக்கோஸ் வந்திருந்தது. அந்த உம்மா வெளியே நின்றிருந்தா. அவளுக்கு பிள்ளைகள் இல்லை. வாளி சுமக்க வாரிசுகள் இல்லை. அவளுக்கு காசு கொடுக்க செம்மக்கீனே நடந்து வெளியே போவார். கியாஸையோ வேறு யாரையுமோ விடமாட்டார். அன்றும் அப்படித்தான் எனக்கில்லாத சில்லறையை அவளுக்கு குடுத்தார்.

பெருமளவான நாட்களில் அவரே போய் வாங்கி வருவார். இப்படித்தான் வாப்பா போனபிறகு கொஞ்ச மாதங்களில் திடுதிப்பென்று எங்கள் ஊட்டுக்குள் நிப்பார். உம்மா அவர் வரும் போதெல்லாம் என்னிடம் வாளியைத் தந்துவிட்டு புறக்கடைக்கு ஓடுவார். அப்போது நான் சிறுவனாக இருந்தேன். எங்களுக்கு உறவினர்கள் யாரும் இல்லை அல்லது அவர்கள் எங்களோடு உறவாக இல்லை. உம்மா வாப்பாவை விரும்பி இந்த ஊருக்கு வந்ததிலிருந்து நாங்கள் தனியானதாக உம்மா சொன்னார். நான் வாளி தூக்கிய வயதில் எனது நண்பர்கள் பென்சில் கூடத் தூக்கியதில்லை என்பார் உம்மா.

நேரம் போகப்போக ஆட்கள் குறைந்தனர். பிசுபிசுப்பு குறைந்தது. ரொட்டி மேக்கர் குழைத்த மாவிலிருந்து உருண்டைகளை சப் சப்பென்று எறிந்து கொண்டிருந்தார். அவை வரிசையாக தகட்டு மேசை மீது கோளமாக எண்ணெய் பளபளத்து விழுந்தன. மரக்கறி ரொட்டிக்கு உள்ளே வைக்கிற கீமாவுக்கு உள்ளே தாளிப்பது மூக்கை நெருடியது. நான் மட்டும் அப்படியே வாளியை அண்டியபடி குந்தியிருந்தேன். வாளிக்கம்பி அண்டிய இடத்தில் தொடையில்

சப்னாஸ் ஹாசிம் 117

ரவுசர் அரித்தது. செம்மக்கீன் கொஞ்ச நேரத்தில் கைககாட்டி னார். பேப்பரொன்றில் பிய்த்த வண்டப்பமொன்றை தூக்கி பிடித்தார். அதில் தலைமயிரொன்று நீண்டு வந்தது. இப்படி ஒவ்வொரு நாளும் நடப்பதாக சொன்னார். இந்தக் கிழமைக் காசில் நூறை குறைப்பாராம். இல்லாவிட்டால் மொத்தக் காசோடு இந்தப் பக்கம் இனி வராதே என்றார்.

“இனி நடக்காது பொஸ்ஸி. அல்லாஹ் காக இந்த மொற மன்னிச்சுக்கொங்கோ..!” கெஞ்சினேன். இப்போது கண்ணை மூடாமலே இரண்டொரு துளிகள் விழுந்தன.

இருநூறை கல்லாப் பெட்டியில் வைத்தார். நான் பார்க்கும் போது முந்நூறு இருந்தது. ஒரு நூறு ரூபாய் தாள் கல்லாப் பெட்டியின் கண்ணாடியின் கீழ் காட்சிக்கு இருந்தது. வாளியைத் தூக்கி இருநூறை எடுத்து கசக்கி பையில் போட்டேன். கண்ணீரும் சேர்ந்து கசங்கியிருக்க வேண்டும். மூடி மறுபடியும் விழுந்தது.

“வாளியை மாத்து. எடுத்துவரக்கொள உழுந்தா மண் ஒட்டும் டா..” செம்மக்கீன் சிரித்தார். அவருக்கு என்னை அலைக்கழிக்கும் சிற்றின்பம் அலுத்திருக்க வேண்டும். அப்போது சிரித்த பற்களைப் போன்ற ஃபேனை நிறுத்தி யிருந்தார். அந்தப் பெரிய வாளி முப்பது ரூபாய். வாளி நசுங்கி நீள் வட்டமானதில் மூடி சரியாக அண்டவில்லை. மூடியை கெழித்து வாளியில் திணித்து வெளியேறினேன். இப்போது நடுக்கத்தின் வாளிக்கம்பி கடகடப்பு இல்லை.

அரசு மரத்தடியில் நான்கு பெரியவர்கள் ஊர் நியாயம் பேசிக் கொண்டனர்.

“கடல் போன்ற பகை முன்னே
உடை வாளை கரமேந்தி
படை கொண்டு பகை வென்ற எம்மான்,
பத்ரு படையரசர் முகம் காண்பதென்னாள்...”

எங்கோ தொலைவில் ஈ எம் ஹனீபா வானொலியில் அழுது வடித்தார்.

❖❖